கோக—கோலா

(வெற்றிக்கதை)

கோக–கோலா

வெற்றிக்கதை

என். சொக்கன்

ZDP
SPECIFICS

Title: Coca-Cola
Author's Name: N Chokkan

Published by Ezutthu Prachuram

SPECIFICS

(An imprint of Zero Degree Publishing)
No. 55(7), R Block, 6th Avenue,
Anna Nagar,
Chennai - 600 040

Website: www.zerodegreepublishing.com
E Mail id: zerodegreepublishing@gmail.com
Phone: 89250 61999

ZDP Specifics First Edition: May 2022
ISBN: 978-81-949737-2-0
TITLE NO EP:

Cover Design & Layout: Vijayan, Creative Studio

சமர்ப்பணம்

இனிய நண்பன் நாராயணனுக்கு...

பொருளடக்கம்

1. ஒற்றைக் குடை

ஓகே!

- இந்த வார்த்தைக்கு நிஜமான அர்த்தம் என்ன என்பது யாருக்கும் தெரியாது. ஆனாலும், உலகம் முழுக்க, நீங்கள் எங்கே சென்றாலும், அங்கே என்ன மொழி பேசுகிற மக்கள் வாழ்ந்தாலும், அவர்களிடம் இந்த வார்த்தையை நீங்கள் பயன்படுத்தலாம். 'ஓகே' என்றால், எல்லாம் சரியாக இருக்கிறது என்று அவர்கள் அர்த்தம் புரிந்துகொண்டு விடுவார்கள்.

கோக-கோலாவும் அதுமாதிரிதான். நாடு, இன, மொழி, கலாசார வித்தியாசங்கள் அனைத்தையும் கடந்து, எல்லாவிதமான மக்களையும் கவரக்கூடிய ஒரு பானமாக இந்த பூமியைக் கட்டிப்போட்டிருக்கிறது.

உலக அளவில், தொண்ணூறுக்கும் மேற்பட்ட சதவிகித மக்கள் 'கோக-கோலா' என்ற வார்த்தையை உடனடியாக அடையாளம் கண்டுகொள்வார்கள். அநேகமாக அவர்களுடைய கைக்கெட்டும் தூரத்தில் பாட்டிலாகவோ, கேன் வடிவத்திலோ கோக-கோலா கிடைத்துக்கொண்டிருக்கும்.

இந்தப் பக்கத்தை நீங்கள் படித்து முடிப்பதற்கு அரை நிமிடம் ஆகுமா? மிஞ்சிப்போனால் ஒரு நிமிடம்? இந்தக் குறுகிய

காலகட்டத்துக்குள், பல நாடுகளில் லட்சக்கணக்கான கோக-கோலாக்கள் விற்பனையாகிவிடுகின்றன.

மனித சரித்திரத்தில், கோக-கோலாவுக்கு இணையாக இன்னொரு வெற்றியைச் சொல்வது சிரமம். அந்நிறுவனத்தின் பிஸினஸ் சாதனைகளோ, அவர்கள் சம்பாதித்திருக்கும் பல பில்லியன் டாலர்களோகூட முக்கியமில்லை, ஒரே ஒரு பொருளால், மொத்த உலகையும் ஒற்றைக் குடையின்கீழ் இணைத்துவிடமுடியும் என்பதற்குக் கோக-கோலா போல் இன்னொரு நிரூபணம் இல்லவே இல்லை.

அப்படி என்னதான் இருக்கிறது கோக-கோலாவில்?

யாருக்கும் தெரியாத ரகசியம் அது. உடைத்துச் சொன்னாலும், பெரும்பாலானோருக்குப் புரிந்துவிடப்போவதில்லை. கோக-கோலா பிரியர்களுக்கு, அந்தத் தகவல் தேவையும் இல்லை.

அவர்களைப் பொறுத்தவரை, கோக-கோலா பருகுவது ஓர் அனுபவம். அந்தக் கோப்பைக்குள் அவர்கள் எத்தனையோ சந்தோஷமான, சோகமான நினைவுகளைப் புதைத்துவைத்திருக்கிறார்கள். ரசாயனக் கணக்குகளுக்குள் இதையெல்லாம் கட்டிப்போடமுடியாது.

அடிப்படையில், கோக-கோலா வெறும் சர்க்கரைக் கரைசல்தான். அதில் எந்தவிதமான ஊட்டச்சத்துகளும் இல்லை. அதைப் பருகுவதால் நம் உடம்புக்கு எந்தச் சத்தும் சேர்ந்துவிடப் போவதில்லை. அதனால் கெடுதல் எதுவும் நிகழாமல் இருந்தாலே பெரிய விஷயம்!

ஆனாலும், அநேகமாக எல்லா உலக நாடுகளைச் சேர்ந்த மக்களும் கோக-கோலாவை விடாமல் பருகிக்கொண்டிருக்கிறார்கள். தாகம் என்றாலே, கூடவே கோக-கோலாவின் பெயர்தான் நினைவுக்கு வருகிறது.

தொடர்ந்து கோக-கோலா குடிப்பவர்கள், அதன் வாடிக்கையாளர்களாக மட்டும் நின்றுவிடுவதில்லை. ரசிகர்களாக,

வெறியர்களாக உருமாறுகிறார்கள். இவர்களையெல்லாம், கோக-கோலா தேசம் என்ற ஒன்றின்கீழ் ஒருங்கிணைத்தால், உலகிலேயே மிக அதிக மக்கள் தொகை கொண்ட நாடு அதுவாகத்தான் இருக்கும்.

பொதுவாக, ஒரே தயாரிப்பைப் பல நாடுகளில் விற்பது சுலபமான விஷயம் அல்ல. அந்தந்த நாடுகளுக்கென்றே இருக்கும் விசேஷ 'உள்ளூர்' அடையாளங்களுக்குள் அதனைப் பொருத்தி வெற்றியடையச் செய்வது மிகப் பெரிய தலைவலி.

கோக-கோலா இதனைச் சர்வ சாதாரணமாகச் சாதித்திருக்கிறது. கோக-கோலா விற்பனையாகும் ஒவ்வொரு நாட்டிலும், அதற்குப் பக்காவான உற்பத்தி, விற்பனை நெட்வொர்க் அமைந்திருக்கிறது. அந்த நாடுகளைச் சேர்ந்த குடிமக்களும், கோக-கோலாவை 'நம்ம ஊர் தயாரிப்பு' என்றுதான் நெருக்கமாக நினைக்கிறார்கள்.

இதனால்தான், கோக-கோலாவின் வெற்றி வெறும் பிஸினஸ் சாதனையாகப் பார்க்காமல், சமூக மாற்றமாகவே வர்ணிக்கப்படுகிறது. உலகச் சந்தை என்கிற சமாசாரத்தை முதன்முறையாக முயன்று பார்த்து வெற்றியடைந்த நிறுவனங்களில் ஒன்று கோக-கோலா.

கோக-கோலா பானத்திற்கு இப்போது வயது நூற்றி இருபதைத் தாண்டிவிட்டது. இந்த ஒன்றே கால் நூற்றாண்டு காலப் பாரம்பரியத்தைத் தக்கவைத்துக்கொண்டு, அதேசமயம் ஓர் இளமைத் தோற்றத்தையும் காண்பித்து உலகமெங்கும் இரட்டைக் குதிரைச் சவாரி செய்கிறார்கள்.

இந்த மகா வெற்றி எப்படிச் சாத்தியமானது? சாதாரணச் சர்க்கரைத் தண்ணீரின்மூலம் ஒட்டுமொத்த உலகையும் ஆட்டிப் படைக்கலாம் என்று யாருக்கு, எப்போது தோன்றியது? அவர்களுடைய கனவை இந்த அளவு பிரம்மாண்டமாக எடுத்துச்சென்று ஜெயிக்கச்செய்தது யார், எப்படி?

ஜில்லென்று ஒரு கோப்பை கோக-கோலாவுடன் வந்து உட்காருங்கள். நிதானமாக ருசித்துப் பேசவேண்டிய கதை இது!

2. திடீர் மருந்துகள்

'ஒரு வாரமா சரியான தலைவலி டாக்டர், கூடவே ஜலதோஷம், உடம்பெல்லாம் சோர்வா இருக்கு, ஏதாச்சும் நல்ல மருந்தா கொடுங்க' என்று டாக்டரிடம் பரிதாபமாகச் சொல்கிறோம்.

அவர் உடனே, 'அரை அவுன்ஸ் கோக-கோலாவைத் தண்ணியில குழைச்சு(?) சாப்பிடுங்க, ரெண்டு நாள்ல எல்லாம் சரியாப் போயிடும்' என்று சொன்னால் எப்படி இருக்கும்?

இன்றைக்கு நமக்கு இது காமெடி. ஆனால், சுமார் ஒன்றே கால் நூற்றாண்டு காலத்துக்குமுன்னால், கோக-கோலா இப்படித்தான் அமெரிக்கப் பொதுமக்களுக்கு முதன்முதலில் அறிமுகமானது.

பத்தொன்பதாம் நூற்றாண்டின் பின்பகுதி, அமெரிக்காவில் சாரிசாரியாக மக்கள் குடியேறிக்கொண்டிருந்த காலகட்டம். ஏகப்பட்ட புதிய குடியிருப்புகள் உருவாகியிருந்தன. ஆனால், மக்கள்தொகை வளர்ந்த அளவுக்கு, இன்னும் நவீன வசதிகள் கிடைக்கத் தொடங்கியிருக்கவில்லை.

சாப்பாடு, துணிமணியைக்கூட விடுங்கள். ஆரோக்கியம் முக்கியமில்லையா? தலைவலி, காய்ச்சலில் தொடங்கி,

உயிர்க்கொல்லி நோய்கள்வரை எல்லாம் மக்களைத் தொல்லை பண்ணக் காத்திருக்கும்போது, அவற்றுக்கு எதிரான சிகிச்சை முறைகள் அப்போது பெரிய அளவில் வளர்ந்திருக்கவில்லை. இதனால், மக்களின் சராசரி வயதே நாற்பத்தி சொச்சமாகத்தான் இருந்தது.

அன்றைய அமெரிக்காவில், முறைப்படி பயிற்சி பெற்ற மருத்துவர்களின் எண்ணிக்கை மிகக் குறைவு. போதாக்குறைக்கு, அதிவேகமாக மக்கள்தொகை உயர்ந்துவருவதால், இந்த விகிதாச்சாரம் மேலும் குறைந்துகொண்டிருந்தது.

நூறு பேருக்கு ஒரு டாக்டர் என்றிருந்த இடத்தில், திடீரென்று ஐயாயிரம் பேருக்கு ஒரு டாக்டர் என்று மாறிவிட்டால், என்ன ஆகும்? அமெரிக்காவில் அதுதான் நடந்தது.

நோய் வந்த ஜனங்கள், தங்களைக் குணப்படுத்தக்கூடிய ஒரு மருத்துவரைத் தேடிப் பிடிக்கமுடியாமல் தவித்தார்கள். இதனால், அங்கே இருக்கும் டாக்டர்களுக்கு மிகுந்த கிராக்கி ஏற்பட்டுவிட்டது.

தவிர, அமெரிக்காவில் அப்போது (ஏன், இப்போதும்தான்) மருத்துவச் செலவு மிக மிக அதிகம். புதிதாக அந்நாட்டில் குடியேறி, இப்போதுதான் தொழில் கற்றுக்கொண்டு காலூன்றத் தொடங்கியிருக்கும் பொது ஜனம், அத்தனை செலவழித்து மருத்துவம் பார்க்கமுடியாமல் திணறியது.

இதனால், அமெரிக்கப் பெரும்பான்மை மக்கள் ஒரு வேலை செய்தார்கள் - நம் கிராமத்து ஜனங்கள் உள்ளூர் வைத்தியரிடம் அரைகுறை சிகிச்சை பெற்றுப் பிழைக்கிறார்களே, அதுபோல, கிடைத்த மருந்துகளை ஏற்றுக்கொண்டு வாழப் பழகிவிட்டார்கள்.

காய்ச்சலா? இந்த மருந்தைக் குடி. ஜலதோஷமா? அதே மருந்தில் கொஞ்சம் தண்ணீர் கலந்து குடி. மூட்டு வலியா? அதையே குழைத்துக் காலில் பூசு. நெஞ்சு வலிக்கிறதா? அதற்கு அடுத்த தெருவில் இன்னொரு மருந்து விற்கிறார்கள், வாங்கிக்கொள்.

அப்போதைய அமெரிக்காவில், நூற்றுக்கு எண்பது பேர் இப்படித்தான் தங்களுடைய உடல் உபாதைகளுக்கு ‘வைத்தியம்’ பார்த்துக்கொண்டார்கள். டாக்டரிடம் போவதைவிட, இப்படிக் கிடைத்த மருந்துகளை நம்புவது அவர்களுக்குச் சவுகர்யமாகவும் சிக்கனமாகவும் இருந்தது.

அப்படியே அவர்கள் ஒரு டாக்டரிடம் போனாலும், ஒழுங்கான சிகிச்சை கிடைக்கும் என்பது நிச்சயமில்லை. அன்றைய மருத்துவமுறைகளின் முதிர்ச்சியின்மை, நிச்சயமின்மையால், மருத்துவர்கள் காப்பாற்றியதைவிட, கொன்றதுதான் அதிகம்.

நம்பமாட்டீர்களா? ஜேம்ஸ் கார்ஃபீல்ட் *(James Garfield)* என்று ஓர் அமெரிக்க ஜனாதிபதி. அவருடைய அரசியல் விரோதி ஒருவர் அவரை முதுகில் சுட்டுவிட்டார். எப்படியோ உயிர் போகாமல் பிழைத்துக்கொண்ட ஜனாதிபதியை, ஏகப்பட்ட டாக்டர்கள் சுற்றி வளைத்து, சிகிச்சை என்ற பெயரில் என்னென்னவோ விதவிதமான பரிசோதனைகள் பண்ணிப் பார்த்தார்கள்.

கடைசியில், துப்பாக்கிக் குண்டால் சாகாத ஜேம்ஸ் கார்ஃபீல்ட், மருத்துவத்தால்(?) கொல்லப்பட்டதுதான் மிச்சம். ஒரு ஜனாதிபதிக்கே இந்த நிலைமை என்றால், மக்கள் எந்த நம்பிக்கையில் டாக்டர் அப்பாயின்ட்மென்ட் வாங்குவார்கள்?

இதனால், முறைப்படி பயிற்சி பெறாத மருத்துவர்கள், மருந்தாளுனர் *(Druggists)*களின் காட்டில் செம மழை. இந்த நோயைத் தீர்க்கிறோம், அந்த நோயை ஓடஓட விரட்டுகிறோம் என்று கற்பூரம் அணைத்துச் சத்தியம் செய்யாத குறையாகப் புதுப்புது ‘சர்வரோக நிவாரணி’களைத் தயாரித்து விற்றுக்கொண்டிருந்தார்கள்.

இந்த மருந்துகளில் நூற்றுக்குத் தொண்ணூற்றொன்பது, வெறும் தண்ணீரும் சர்க்கரையும் கலந்த இனிப்புக் கரைசல்கள்தான். அதனோடு, போனால் போகிறது என்று, கல்யாணத்துக்கு வருகிறவர்கள்மீது மேலாகப் பன்னீர் தெளிப்பதுபோல் சில

ரசாயனங்களைக் கொஞ்சமாகக் கலந்துவிட்டிருப்பார்கள்.

சரி, இந்த ரசாயனங்களாவது உண்மையாகவே நோயைக் குணப்படுத்துகிறதா என்றால், அதுவும் இல்லை. சம்பந்தப்பட்ட மருந்தின் 'தயாரிப்பாளர்' ஏதேனும் ஒரு விநோதமான கலவையை உருவாக்கியிருப்பார். அந்தப் புதுமைக்கு அவரே ஒரு பெயர் சூட்டி, 'இந்த நோய்க்கு இதுதான் ஒரே தீர்வு' என்று வம்படியாக விளம்பரம் செய்வார். அவ்வளவுதான்.

மக்களைப் பொறுத்தவரை, இதுமாதிரியான மருந்துகளால் நிஜத்தில் பலன் இருக்கிறதா, இல்லையா என்று தெரிந்துகொள்ளும் மருத்துவ அறிவு அவர்களுக்கு இல்லை. ஆனால், நோய் என்று வந்துவிட்டால், உடனடியாக டாக்டரைத் தேடி ஓடுவது அவர்களால் முடியாது. ஆகவே கால் டாலரோ, அரை டாலரோ செலவழித்து இந்த மருந்துகளை வாங்கி வைத்துக்கொள்வது பெரும்பாலானோரின் வழக்கமாக இருந்தது.

பாதிக்குப் பாதி நோய்கள், ஒன்றிரண்டு நாள்களில் தானாகக் குணமாகிவிடும் - நாம் மருந்து சாப்பிட்டாலும், சாப்பிடாவிட்டாலும்.

இந்த விஷயத்தை நன்கு தெரிந்துகொண்டிருந்த 'திடீர் மருந்து' நிபுணர்கள், எங்களுடைய மருந்தால்தான், உங்களுடைய பிரச்னைகள் குணமாகின்றன என்று தொடர்ச்சியாக விளம்பரங்கள் வெளியிட்டார்கள். இப்படி அதிக விளம்பரம் செய்கிற நிறுவனங்களின் மருந்துகள் அதிகமாக விற்றன, அவ்வளவுதான்!

ஆக, அன்றைக்குப் பிரபலமாக விற்றுக்கொண்டிருந்த தொண்ணூற்றொன்பதே முக்கால் சொச்சம் 'மருந்து'களில் மருத்துவமும் கிடையாது, ஒரு சுக்கும் கிடையாது. ஆனால், அவை இல்லாமல் தங்களால் வாழமுடியாது என்கிற அளவுக்கு, மக்கள் இந்த மருந்துகளைச் சார்ந்திருந்தார்கள்.

இந்தச் சூழ்நிலையில் அறிமுகமான 'கோக-கோலா'வும், இப்படி ஒரு திடீர் மருந்தாகத்தான் தனது பயணத்தைத் தொடங்கியது.

அதனைக் கண்டறிந்தவர் பெயர், டாக்டர் ஜான் பெம்பர்டன் *(John Stitch Pemberton)*.

அடடா, ஒரு டாக்டர், இப்படி ஒரு டப்பா மருந்தைக் கண்டுபிடிக்கவேண்டிய அவசியம் என்ன என்று யோசிக்காதீர்கள். அன்றைய அமெரிக்காவில், வைத்தியம் செய்து பிழைப்பதைவிட, இப்படி ஒரு மருந்தைக் கண்டுபிடித்துப் பிரபலமாக்கிவிட்டால் போதும், மூன்று தலைமுறைக்கு உட்கார்ந்து சாப்பிடலாம்.

ஜான் பெம்பர்டன் பேராசைக்காரர் இல்லை. ஆனால், தனக்குப்பிறகு தன்னுடைய குடும்பம் என்ன ஆகுமோ என்கிற தொடர்ச்சியான கவலை அவருக்கு எப்போதும் இருந்துகொண்டிருந்தது. ஆகவே, அவர்களுடைய வாழ்க்கைக்கு உத்திரவாதம் அளிக்கும்வகையில் ஏதாவது செய்துவிடவேண்டும் என்று தவித்துக்கொண்டிருந்தார்.

தவிர, அவர் கடுமையான உழைப்பாளி. அவரால், சும்மா வந்தவர்களுக்கு வைத்தியம் பார்த்துக்கொண்டு காசை வாங்கிப் பாக்கெட்டில் போட்டுக்கொண்டு வாழ்ந்திருக்கவே முடியாது. தனது வாழ்நாளின் கடைசிக் காலம்வரை, ஆராய்ச்சி, ஆராய்ச்சி என்று எதையேனும் புதிதாகக் கண்டுபிடிப்பதிலேயே நேரத்தைச் செலவழித்தவர் ஜான் பெம்பர்டன்.

ஆரம்ப காலத்தில், அவரும் மருத்துவப் படிப்பை முடித்துவிட்டு, 'டாக்டர் பெம்பர்டன்' என்று போர்டு மாட்டிக்கொண்டு, வழக்கமான ஒரு மருத்துவராகத் தனது தொழில்(?) வாழ்க்கையைத் தொடங்கியவர்தான். ஆனால், சில மாதங்களுக்குள் நோயாளிகளுக்கு வைத்தியம் பார்க்கிற பிழைப்பு அவருக்குச் சலித்துப்போய்விட்டது. வேறு என்ன செய்யலாம் என்று யோசித்தவருக்கு, மருந்துகளின்மீது ஆர்வம் பிறந்தது.

உச்சிமுதல் பாதம்வரை மனிதர்களுக்கு ஏகப்பட்ட வியாதிகள் வருகின்றன. அவை ஒவ்வொன்றையும் எதிர்த்துப் போராடக்(?) கூடிய மருந்துகள் உருவாக்கப்படுகின்றன. இந்தத் துறையில்

நாளுக்கு நாள் புதிய முன்னேற்றங்கள், அவை ஒவ்வொன்றையும் பயன்படுத்திப் புதுப்புது மருந்துகளைத் தயாரிக்கமுடிகிறது. இதையெல்லாம் கூட்டிக் கழித்துப் பார்க்கும்போது, தன்னுடைய திறமைக்கும் குறுகுறுப்புக்கும் இந்தத் துறையில் நல்ல தீனி கிடைக்கும் என்று புரிந்துகொண்டார் பெம்பர்டன்.

அதுமட்டுமில்லை. சாதாரணத் தலைவலி, ஜுரமானாலும் சரி, மிகக் கடுமையான வியாதியாக இருந்தாலும் சரி, அதனைப் போக்குவதற்கு ஒரு நல்ல, நிச்சயமான மருந்தைக் கண்டுபிடித்துவிட்டால் போதும். அதன்பிறகு வாழ்நாள்முழுக்க அந்த மருந்தை விற்றே பெரும்பணக்காரர்கள் ஆகிவிடலாம்.

இப்படிப் பல கோணங்களில் யோசித்துப் பார்த்தபிறகு, ஜான் பெம்பர்டன் ஓர் இறுதி முடிவெடுத்தார் - தினமும் ஐந்தாறு பேருக்கு வைத்தியம் பார்த்துச் சலித்தது போதும். இனிமேல் நான் நல்ல மருந்துகளைக் கண்டுபிடித்து, ஆயிரக்கணக்கான, லட்சக்கணக்கானவர்களைக் காப்பாற்றப்போகிறேன், மேலும் மேலும் நிறைய சம்பாதிக்கப்போகிறேன்!

பெம்பர்டனின் வாழ்க்கைமுழுவதும், அவரைச் செலுத்திய விஷயங்கள் இந்த இரண்டுதான் - என்னுடைய திறமைக்குத் தீனி வேண்டும், என்னை, எனக்குப்பிறகு என் குடும்பத்தை நல்லபடியாகக் காப்பாற்றும் அளவுக்குக் காசு வேண்டும். இந்த இரண்டுக்காகவும்தான், அவர் தொடர்ந்து உழைத்துக்கொண்டிருந்தார்.

'டாக்டர் பெம்பர்டன்', இப்போது 'ஃபார்மசிஸ்ட் பெம்பர்டன்' ஆகிவிட்டார். மருந்துகளைத் தயாரிப்பது, கையாள்வது போன்ற விஷயங்களில் முறைப்படி படித்துப் பட்டம் பெற்றார். தனக்கென்று ஒரு குட்டி ஆராய்ச்சி சாலை அமைத்துக்கொண்டு, உள்ளே போய்க் கதவைச் சாத்திக்கொண்டுவிட்டார்.

அதன்பிறகு, சாகும்வரை பெம்பர்டனின் 'மாளிகை', அந்த ஆராய்ச்சி சாலைதான். விதவிதமான ரசாயனப் பொருள்களை வெவ்வேறு விகிதங்களில் கலந்து, இனிப்பா, கசப்பா, புளிப்பா

என்று ருசி பார்ப்பது. அதன்பிறகு, அவற்றை நோயாளிகளுக்குப் பருகக் கொடுத்து, வியாதி குணமாகிறதா, வலி குறைகிறதா என்று பரிசோதித்துக் குறிப்புகள் எடுப்பது.

போரடிக்கிற வேலைதான். ஒரு டாக்டர் என்னத்துக்கு இப்படிக் கம்பவுண்டர்போல் மருந்து கலக்கிக்கொண்டிருக்கவேண்டும்?

ஏனோ, பெம்பர்டனுக்கு இந்த வேலை உறுத்தலாகவோ, சலிப்பாகவோ இல்லை. சொல்லப்போனால், மருந்து ஆராய்ச்சியில் இறங்கியபிறகுதான், தன்னுடைய வாழ்க்கையில் சுவாரஸ்யம் அதிகரித்திருப்பதாக நினைத்தார் அவர்.

இந்தக் காலகட்டத்தில், எப்போதாவது அவர் மருத்துவ சிகிச்சையும் செய்தது உண்டு. ஆனால், நோயாளிகளைப் பரிசோதித்து மருத்துவம் சிபாரிசு செய்வதைவிட, பல்வேறு நோய்களுக்கான மருந்துகளைப் புதிதாகக் கண்டுபிடிப்பதில்தான் ஜான் பெம்பர்டனுக்கு முழுத் திருப்தி கிடைத்தது.

அடுத்த பத்து வருடங்களில், பொம்மைகளைக் கலைத்துப்போட்டு விளையாடுகிற குழந்தையைப்போல, நூற்றுக்கணக்கான ரசாயனப் பொருள்களைச் சேர்த்துப் பிரித்துப் பரிசோதனைகள் செய்துகொண்டிருந்தார் ஜான் பெம்பர்டன். இப்படி ஒன்று, இரண்டு இல்லை, பத்தாயிரத்துக்கும் மேற்பட்ட ஆய்வுகளைச் செய்து பார்த்த பெம்பர்டன், பல மருந்துகளைத் தயாரித்து வெளியிட்டார்.

அந்த மருந்துகள் எவையும் சொல்லிக்கொள்ளும்படியான வெற்றியைப் பெறவில்லை. அவருடைய ஆராய்ச்சி சாலையைத் தாண்டி பத்து மீட்டர் தூரத்துக்குள் அவற்றின் செல்வாக்கு குறைந்துபோய்விட்டது.

இதற்காக பெம்பர்டன் எப்போதும் கவலைப்பட்டதில்லை. ‘பரவாயில்லை’ என்று துடைத்துப் போட்டுவிட்டு, உடனடியாக அடுத்த ஆராய்ச்சியில் இறங்கிவிடுவார். எப்படியாவது ஒரு மருந்து, ஒரே ஒரு நல்ல மருந்தைக் கண்டுபிடித்துவிட்டால், தம்முடைய பொருளாதாரப் பிரச்னைகள் அனைத்தும்

தீர்ந்துவிடும் என்பது அவருக்கு நன்றாகத் தெரிந்திருந்தது.

பெம்பர்டன் பாட்டுக்கு இப்படிப் புதுப்புது மருந்துகளை ஆராய்ச்சி செய்துகொண்டிருந்த நேரத்தில்தான், அமெரிக்காவில் ஓர் உள்நாட்டுக் கலகம் தொடங்கியது. அதில் கலந்துகொண்டு போர்க்களம் புகுவதாக முடிவெடுத்தார் பெம்பர்டன்.

பொதுவாக, டாக்டர்கள் போரின்போது அடிபட்டவர்களுக்குத் தேவையான மருத்துவ சேவைகளைச் செய்வதற்காகத்தான் ராணுவத்தில் சேர்வார்கள். ஆனால் ஜான் பெம்பர்டன் தன்னை ஒரு நேரடிப் போர் வீரராகவே ராணுவத்தில் இணைத்துக்கொண்டார். நிஜமாகவே களத்தில் இறங்கிச் சண்டை போட்டார்.

சுமார் மூன்று ஆண்டுகளுக்கு நீடித்த இந்தப் போரில், பெம்பர்டன் மிகுந்த அர்ப்பணிப்புடன் ஈடுபட்டார். கடைசித் தாக்குதலின்போது கடுமையாகக் காயம் அடைந்த அவர், உயிர்தப்பியதே பெரிய அதிசயம்தான்.

அந்தக் காலத்தில், எங்கே என்ன காரணத்துக்காகப் போர் நடந்தாலும் சரி, போரின் முடிவில் அந்தப் பகுதியில் போதை மருந்துப் பழக்கம் அதிகரித்துவிடும். காரணம், போரில் கடுமையாகக் காயம் பட்டவர்கள், அந்த வலியை மறப்பதற்காக போதை மருந்துகளைத்தான் நாடவேண்டியிருந்தது.

இப்போதெல்லாம், தெருமுனைப் பெட்டிக் கடைகளில்கூட ‘ஸ்பெயின் கில்லர்’கள் கிடைக்கின்றன. ஆனால் அப்போது, அந்தமாதிரியான உடனடி வலி நிவாரணிகள் இல்லை. போர், விபத்து, அல்லது நோய் காரணமாகப் பெரும் காயம் அடைந்தவர்கள், தங்களுடைய வலி, வேதனையைக் குறைப்பதற்கான நல்ல மருந்துகளைத் தேடி அலைந்தார்கள்.

இந்த ‘வலி நிவாரணி’களில் பெரும்பாலானவை, போதை மருந்துகள். தீவிரமாக போதை ஊட்டி, அதன்மூலம் வலியை மறக்கடிக்கக்கூடியவை.

அடிப்படையில் ஒரு மருத்துவராகவும், சிறந்த மருந்து தயாரிப்பவராகவும் இருந்த ஜான் பெம்பர்டனுக்கு, இந்த 'மருந்து'களில் என்னென்ன பொருள்கள் கலக்கப்படுகின்றன என்பது நன்றாகவே தெரியும். இருந்தாலும், வலியின் வேதனை அவருடைய மூளையை மழுங்கடித்துவிட்டது. தெரிந்தே, போதை மருந்துகளின் வலையில் விழுந்தார் அவர்.

முக்கியமாக, 'மார்ஃபின்' என்ற போதைப் பொருள். போருக்குப்பிறகு ஜான் பெம்பர்டனுக்குத் தாற்காலிக நிம்மதி அளித்த மாமருந்து, இந்த மார்ஃபின்தான். முதலில் அதனை மருந்தாக நினைத்து உட்கொள்ளத் தொடங்கிய பெம்பர்டன், பிறகு அதன் நிரந்தர அடிமையாகிவிட்டார்.

பதிலுக்கு, மார்ஃபின் அவருடைய செயல்வேகத்தைக் குறைத்தது, நினைவுகளை மழுங்கடித்தது. என்றாலும், அது இல்லாமல் வாழமுடியாது என்கிற நிலைமைக்குச் சென்றுவிட்டார் ஜான் பெம்பர்டன்.

நல்லவேளையாக, இந்த மார்ஃபின் பழக்கத்தால் ஜான் பெம்பர்டனின் புத்திசாலித்தனத்தையோ, ஆராய்ச்சி ஆர்வத்தையோ குறைக்கமுடியவில்லை. சில கவிஞர்கள், எழுத்தாளர்கள் லேசாக 'அருந்தி'னால்தான் இலக்கியம் வரும் என்று சொல்கிறார்களே, அதுபோல, அவ்வப்போது கொஞ்சம் மார்ஃபினை முகர்ந்தபடி, வழக்கம்போல் தனது ஆராய்ச்சிகளைத் தொடர்ந்துகொண்டிருந்தார் பெம்பர்டன்.

மருத்துவ உலகத்தில் என்ன நடக்கிறது என்பதை உடனுக்குடன் தெரிந்துகொள்வது ஜான் பெம்பர்டனின் விருப்பம். இதற்காகப் பல பத்திரிகைகள், செய்தி இதழ்களைத் தொடர்ந்து வாசித்துக்கொண்டிருந்தார். புதுப்புது மருந்துப் பொருள்கள், கண்டுபிடிப்புகளைப்பற்றித் தெரிந்துகொண்டு, அவற்றைத் தனது ஆய்வுகளில் பயன்படுத்திப் பார்ப்பது அவருடைய வழக்கமாக இருந்தது.

இந்த நேரத்தில்தான், மருத்துவ உலகம் ஒரு செடியைப்பற்றி

உற்சாகமாகப் பேசத் தொடங்கியிருந்தது. அதன் மருந்து குணங்களைப்பற்றிப் படித்துத் தெரிந்துகொண்ட ஜான் பெம்பர்டனுக்கு, உள்ளுக்குள் ஏதோ ஒரு மணி அடித்தது. இதைப் பயன்படுத்தி ஏதேனும் புதிதாகச் செய்யமுடியுமா என்று தீவிரமாக யோசிக்கத் தொடங்கியிருந்தார்.

அந்தச் செடியின் பெயர், 'கோக்கா' (Coca). இன்றைய 'கோக-கோலா'வின் முதல் பாதி, முக்கியமான பாதியும்கூட!

3. கொஞ்சம் கோக்கா, கொஞ்சம் கோலா

காப்பி எப்படிக் கண்டுபிடிக்கப்பட்டது என்பதற்கு ஒரு சுவாரஸ்யமான கதை சொல்வார்கள்.

ஆட்டு இடையர் ஒருவர், தன்னுடைய ஆடுகள் ஒரு குறிப்பிட்ட செடியை மென்றபிறகு உற்சாகமாகத் துள்ளி ஓடுவதை அடிக்கடி கவனித்தாராம். ஏதோ ஓர் ஆர்வத்தில் அவரும் அந்தச் செடியின் விதைகளைப் பிடுங்கி, தண்ணீரில் கொதிக்கவைத்துக் (?)குடித்தபோது, உற்சாகம் பொங்கிற்றாம்.

ஹோட்டல் காப்பிபோல, இந்தக் கதையில் எத்தனை சதவிகிதம் உண்மை, எவ்வளவு கற்பனை என்று சொல்வதற்கில்லை. ஆனால், உலகம்முழுவதும், இப்படித் திடீர் சுறுசுறுப்பு தரக்கூடிய செடி, கொடிகள் ஆங்காங்கே தட்டுப்பட்டுக்கொண்டுதான் இருக்கின்றன. என்ன, காப்பியும் டீயும் கொஞ்சம் அதிகப் பிரபலமாகிவிட்டன. அவ்வளவுதான்.

'கோக்கா' என்பது, தென் அமெரிக்காவின் வனப் பகுதிகளில் அதிகம் கிடைத்துக்கொண்டிருந்த ஒரு தழை. கஷ்டப்பட்டு மலை ஏறிக் களைப்படைந்தவர்கள், அதை வாயில் போட்டு மென்றால், ஒரு புதுத் தெம்பு பிறப்பதாகச் சொன்னார்கள்.

'அட, அப்படியா?' என்று மற்றவர்களும் ஆர்வத்தோடு வாங்கி மென்று பார்த்தார்கள். கொஞ்சம் அசட்டுத்தனமான சுவைதான். ஆனால், இந்த இலையை மென்றபிறகு, நெடுநேரத்துக்கு பசி, தாகம் தெரியவில்லை. சுறுசுறுப்பாக வேலை செய்யமுடிந்தது.

தென் அமெரிக்காவிலும், உலகின் வேறு பல மலைப் பிரதேசங்களிலும் பல நூற்றாண்டுகளாகத் தொடர்ந்து கொண்டிருந்த பழக்கம் இது. வெறும் ஆர்வப் பொழுதுபோக்காகத் தொடங்கி, பின்னர் மதச் சடங்குகள், கலாசார நிகழ்வுகள் என்று எல்லாவற்றிலும் இது இடம் பிடித்துவிட்டது.

கோக்கா இலைகளில் ப்ரோட்டீன், வைட்டமின் என்று என்னென்னவோ இருப்பதாகப் பின்னாள்களில் கண்டறிந்து சொன்னார்கள். ஆனால், அவற்றையெல்லாம்விட அதிகமாகப் பிரபலமடைந்தது, 'கொக்கைன்' *(Cocaine)* என்கிற போதைப் பொருள்தான்.

கொக்கைன் என்பது, நம்முடைய நரம்பு மண்டலத்தைத் தூண்டக்கூடிய ஒருவிதமான ரசாயனம். கூடவே, பசியை மறக்கடிக்கக்கூடிய தன்மையும் இதற்கு உண்டு.

இந்த இரண்டும் சேர்ந்துகொண்டால் போதாதா? கோக்கா இலைகளை மென்றவர்கள் எல்லோரும் பரவச நிலையை அடைந்து உற்சாகத்தில் மிதந்த காரணம், பெரும்பாலும் அதிலிருந்து வெளிப்படுகிற கொக்கைன்தான்.

கொக்கைன் பற்றி, வேறொரு சந்தர்ப்பத்தில் விரிவாகப் பேசவேண்டியிருக்கிறது. ஆகவே இப்போதைக்கு, மீண்டும் கோக்காவை மெல்லுவோம்.

அதுவரை, சில குறிப்பிட்ட பகுதிகள், இனக்குழுக்களைச் சேர்ந்தவர்கள் மத்தியில் மட்டும் பிரபலமாக இருந்த கோக்கா இலைகள், பத்தொன்பதாம் நூற்றாண்டின் பிற்பகுதியில்தான் பலரால் கவனிக்கப்பட்டன. முக்கியமாக, மருத்துவ நிபுணர்கள், வேதியியல் ஆய்வாளர்கள் இந்தத் தாவரத்தின் வெவ்வேறு குணங்களைக் குறிப்பிட்டுப் பேசத் தொடங்கினார்கள்.

இவர்களில் ஒருவர்தான், கோக்காவை வலி நிவாரணியாகப் பயன்படுத்தமுடியும் என்று கண்டறிந்தது. பிரசவம், அறுவை சிகிச்சைகள் போன்றவற்றின்போது இதனைப் பயன்படுத்தினால், நோயாளிக்கு வலியின் வேதனை பெருமளவு குறையும் என்று சொல்லப்பட்டது.

டாக்டர் ஜான் பெம்பர்டன், அவ்வப்போது கண் அறுவை சிகிச்சைகளைச் செய்துவந்தார். இந்தச் சிகிச்சைகளின்போது பயன்படுத்துவதற்கான ஒரு நல்ல, நம்பகமான வலி நிவாரணியைத் தேடிக்கொண்டிருந்தார் அவர்.

இந்த நேரத்தில்தான், பெம்பர்டனுக்குக் கோக்காவைப்பற்றித் தெரியவந்தது. இதைப் பயன்படுத்தினால், அறுவை சிகிச்சைகளின்போது 'ஐயோ, அம்மா' சத்தத்தைக் கொஞ்சம் குறைக்கலாமே என்கிற ஆர்வத்தில், அதுபற்றி நிறையத் தேடிப் படிக்க ஆரம்பித்தார்.

அப்போது, கோக்காவின் வேறொரு பலன்(?) அவரைக் கவர்ந்து இழுத்தது - கோக்காவை நிறைய உட்கொண்டால், மார்ஃபின் பழக்கத்திலிருந்து விடுபட்டுவிடலாமாமே!

நிஜமாகவே பெம்பர்டன் மார்ஃபின் பழக்கத்திலிருந்து விடுதலை பெற விரும்பினாரா என்பது கொஞ்சம் சந்தேகம்தான். ஆனால், ஏதோ ஓர் ஆர்வக் குறுகுறுப்பில், அவர் கோக்காவைத் தமது ஆராய்ச்சிகளில் பயன்படுத்திப் பார்க்க விரும்பியிருக்கிறார்.

எல்லோரும் கோக்காவைப் புகழ்கிறார்கள். ஆகவே, அதைப் பயன்படுத்தி, ஏதேனும் ஒரு புதுமையான மருந்தைத் தயார் செய்துவிடவேண்டும் என்று விரும்பினார் பெம்பர்டன்.

ஏதேனும் ஒரு வலி நிவாரணி, அல்லது சுறுசுறுப்பு பானம். கோக்காவுக்குக் கிடைத்திருக்கும் புது மவுசில், சூட்டோடு சூடாகத் தன்னுடைய மருந்தையும் நன்றாக விற்பனை செய்து லாபம் சம்பாதித்துவிடலாம் என்பதுதான் அவருடைய நிஜமான ஆர்வம்.

பெம்பர்டன்போலவே, அந்தக் காலத்தில் பிரபலமான, அல்லது பிரபலமாக விரும்பிய பல அறிஞர்கள், ஆய்வாளர்கள் கோக்காவைப் பிடிவாதமாகத் துரத்தியிருக்கிறார்கள். 'உச்சந்தலை தொடங்கி, உள்ளங்கால் வரையுள்ள சகல உடல் பாகங்களிலும் ஏற்படக்கூடிய எல்லாவிதமான உபாதைகளையும் கோக்கா மந்திரம் போட்டாற்போல் தீர்த்துவிடும்' என்று தெருவோர லேகிய வியாபாரிகள்போல் மாற்றி மாற்றி அலறியிருக்கிறார்கள்.

இந்தக் கட்டுரைகளில் பாதி பொய், மீதி புளுகு. இரண்டுக்கும் நடுவே கொஞ்சூண்டுதான் நிஜமான பலன்கள் ஒளிந்திருந்தன. அவற்றிலும், பல பின்விளைவுகள் பதுங்கியிருந்தன.

ஆனால், அப்போது யாருக்கும் இதைப்பற்றிச் சரியாகத் தெரிந்திருக்கவில்லை. மருத்துவப் பத்திரிகைகளில் தொடங்கி, பொதுமக்கள் வாசிக்கிற செய்தித்தாள்கள்வரை அனைத்திலும், 'கோக்கா என்பது ஒரு கற்பக விருட்சம்' என்கிற அளவுக்குப் புகழ் மாலைகள் சரமாரியாக வந்து விழுந்துகொண்டிருந்தன.

இவற்றையெல்லாம் பார்க்கப் பார்க்க, ஜான் பெம்பர்டனுக்கு உற்சாகம் அதிகமாகிவிட்டது. தாம் சரியான பாதையில்தான் போகிறோம் என்று முடிவு கட்டிய அவர், கோக்கா தழைகளைச் சேகரிக்கத் தொடங்கினார். மேலும் அதிகச் சுறுசுறுப்புடன் தம்முடைய ஆய்வுகளைத் தொடர்ந்தார்.

'கோக்கா'வைத் தொடர்ந்து, வேறு பல இலை, தழை, விதைகளுக்கெல்லாம் வந்தது வாழ்வு. திரும்பிய திசையிலெல்லாம் புதுப்புது 'திடீர் மூலிகை'கள் முளைத்துக்கொண்டிருந்தன. ஒவ்வொன்றையும் சாப்பிட்டால் காய்ச்சல், சளி, தலைவலி எதுவும் எட்டிப்பார்க்காது, மூன்றரை டன் எடையை மூச்சு வாங்காமல் தூக்கலாம் என்றெல்லாம் விதவிதமாகக் கதைகள் அள்ளிவிடப்பட்டன.

இந்த வரிசையில், ஓர் ஆப்பிரிக்க அறிமுகம், 'கோலா' (*Kola Nuts*) என்று அழைக்கப்பட்ட கொட்டைகள். அந்த ஊர்ப் பழங்குடியினர், சுறுசுறுப்புக்காகவும், பசியை மறப்பதற்காகவும்

இதை வாயில் போட்டு மெல்கிற வழக்கம் இருந்தது.

'கோக்கா'வில் கொக்கைன்போல, 'கோலா'விலும் ஒரு முக்கியமான 'தூண்டும்' ரசாயனம் இருந்தது. அதன் பெயர், 'காஃபைன்' *(Caffeine).*

இது நமக்குப் பரிச்சயமான விஷயம்தான். நாம் தினசரி குடிக்கிற காப்பி, டீயில், வெவ்வேறு அளவுகளில் காஃபைன் இருக்கிறது. அதனால்தான், காப்பி குடித்ததும், 'ஹா' என்று சுறுசுறுப்பாக வேலையைப் பார்க்கத் தோன்றுகிறது.

நிஜமாகவே காஃபைன் நம் உடம்புக்கு நல்லதா, கெட்டதா என்கிற விவாதத்துக்குள் நாம் இப்போது போகவேண்டாம். காப்பிக் கொட்டை, தேயிலைகளையெல்லாம்விட அதிக அளவில், கோகா கொட்டைகளில் காஃபைன் இருந்தது என்பதைமட்டும் தெரிந்துகொண்டால் போதும்.

புதுப்புது மருந்துகளுக்காக அலைமோதிக்கொண்டிருந்த மருத்துவ ஆராய்ச்சியாளர்கள், கோலாவையும் ஆப்பிரிக்காவிலிருந்து அமெரிக்காவுக்குக் கொண்டுவந்தார்கள். அதன் மருந்து குணங்களைப்பற்றிய கட்டுரைகள் வெளியாகத் தொடங்கின. கோக்கா அளவுக்கு இல்லாவிட்டாலும், கோலாவும் நன்கு பிரபலமாகியிருந்தது.

டாக்டர் ஜான் பெம்பர்டன், தனித்தனியே 'கோக்கா'வைப்பற்றியும், கோலாவைப்பற்றியும் வாசித்துத் தெரிந்துகொண்டிருந்தார். அவ்வப்போது தன்னுடைய மருந்து ஆராய்ச்சிகளில் இவற்றைக் கலந்து பரிசோதித்தபோது, அவருக்கு முழுத் திருப்தி.

கோக்காவோ, கோலாவோ நம் உடம்பில் வரும் வியாதிகளைக் குணப்படுத்துகிறதோ இல்லையோ, அவற்றில் ஏதோ ஒரு சிறப்புத்தன்மை இருப்பதைமட்டும் புரிந்துகொண்டார் பெம்பர்டன். இவற்றில் ஏதேனும் ஒன்றை மருந்தில் கலக்கும்போது, விசேஷமான ஒரு ருசி கிடைக்கிறது, சுறுசுறுப்பு உணர்வு ஏற்படுகிறது. ஆகவே, நோயாளிகள் இதனை விரும்பிச்(?) சாப்பிடுகிறார்கள் என்று அவருக்குத் தோன்றியது.

இந்த நேரத்தில்தான், ஏதோ ஒரு கணத்தில், இந்த கோக்காவையும் கோலாவையும் ஒரே மருந்தில் சேர்த்துப் பார்த்தால் என்ன என்று பெம்பர்டனுக்கு ஒரு யோசனை பிறந்தது. உடனடியாக அதனைப் பரிசோதிக்கும் முயற்சிகளில் இறங்கினார்.

அந்த விநாடியில்தான், பெம்பர்டனின் அத்தனை வருட உழைப்புக்கும் பலன் கிடைக்க ஆரம்பித்தது. அவர் எதிர்பார்த்ததுபோன்ற ஒரு 'மந்திர மருந்து' உருவாகத் தொடங்கிவிட்டது.

சென்ற வாக்கியத்தில், 'மருந்து உருவாகிவிட்டது' என்று ஒரேயடியாகச் சொல்லாமல், 'மருந்து உருவாகத் தொடங்கிவிட்டது' என்று சுற்றிவளைப்பதற்கு ஒரு காரணம் இருக்கிறது - கொஞ்சம் கோக்கா, கொஞ்சம் கோலாவைப் பிடுங்கித் தண்ணீரில் போட்டுக் கொதிக்கவைத்தால் உடனடியாக கோக-கோலா கிடைத்துவிடாது.

'கோக-கோலா' என்கிற பெயரோ, அதற்கான ஃபார்முலாவோ, ஒரே ராத்திரியில் திடுதிப்பென்று உருவான சமாசாரம் இல்லை. ஆர்க்கிமிடிஸ்போல், 'யுரேகா' என்று கத்திக்கொண்டு 'ஷேம் ஷேம் பப்பி ஷேம்' போஸில் ஜான் பெம்பர்டன் தெருவில் ஓடவில்லை.

மாறாக, அவர் தினம் தினம் தன்னுடைய வீட்டிலிருந்து ஆராய்ச்சி சாலைக்கு நடையாக நடந்துகொண்டிருந்தார். கோக்கா, கோலா உள்ளிட்ட விதவிதமான ரசாயனக் கலவைகளை வெவ்வேறு விகிதத்தில் தண்ணீரிலும், சர்க்கரைக் கரைசலிலும் கலந்து பரிசோதித்துக்கொண்டிருந்தார்.

இப்படி நூற்றுக்கணக்கான கூட்டணிகளை உருவாக்கிப் பார்த்தும்கூட, பெம்பர்டன் விரும்பும்படியான ஒரு கலவை கிடைக்கவே இல்லை. சில வேளைகளில் இனிப்பு அதிகமாகிப் பாயசமாகிவிடுகிறது, இல்லாவிட்டால் கசப்போ கசப்பு என்று துப்பவேண்டியிருக்கிறது, ஏதேனும் ஒரு மூலப்பொருள் சற்றே கூடுதலாகிவிட்டால், தூக்கம் வருகிறது, அல்லது மயக்கம் போட்டுக் கீழே விழவைக்கிறது.

ஜான் பெம்பர்டன் எதற்கும் சளைக்கவில்லை. என்னென்னவோ செய்து பார்த்தார். கோக்கா, கோலாவில் தொடங்கி, பழச்சாறு, ஒயின், சர்க்கரை, பனங்கற்கண்டு, இஞ்சி, வெல்லம், வெள்ளைப் பூண்டு, கத்தரிக்காய்க் காம்பு என்று எதையெதையோ கலந்து ஆராய்ச்சி பண்ணிக்கொண்டிருந்தார்.

கடைசியில், அவருக்கு ஓரளவு திருப்தி அளிக்கக்கூடிய ஒரு பானம் கிடைத்தது. அதற்கு 'ஃப்ரெஞ்ச் ஒயின் கோக்கா' *(French Wine Coca)* என்று பெயர் சூட்டினார் ஜான் பெம்பர்டன்.

இந்த 'ஃப்ரெஞ்ச் ஒயின் கோக்கா'வின் முக்கியமான அம்சங்கள் - கோக்கா இலைகள், கோலா கொட்டைகள், இவற்றோடு ஒயின். இவை மூன்றுமே, நன்கு சுறுசுறுப்பூட்டக்கூடிய லாகிரி சமாசாரங்கள்.

போதாதா? மக்களிடையே இந்தப் புதிய பானத்துக்கு நல்ல வரவேற்பு இருந்தது. பிரமாதமாக விளம்பரம் செய்து 'ஃப்ரெஞ்ச் ஒயின் கோக்கா'வைப் பிரபலப்படுத்தத் தொடங்கினார் ஜான் பெம்பர்டன்.

'கோக-கோலா' எனும் பெயர் இன்னும் உருவாகியிருக்காத சூழலில், கோக்காவையும் கோலாவையும் ஒரே பானத்தில் கலந்து பயன்படுத்தலாம் என்று முடிவெடுத்தது, பெம்பர்டனின் சாமர்த்தியம். ஆனால், இந்த இரண்டோடும் ஒயினைக் கலக்கலாம் என்று தீர்மானித்தாரே, அங்கேதான் சின்ன பிரச்னையாகிவிட்டது.

கோக்காவும் கோலாவும் உடம்புக்கு நல்லதா, கெட்டதா என்பது அப்போது யாருக்கும் நிச்சயமாகத் தெரிந்திருக்கவில்லை. ஆனால் ஒயின் அப்படியில்லை. அது ஒரு மதுப்பொருள் என்பது உலகத்துக்கே தெரியும்.

அமெரிக்கக் கலாசாரத்தில் ஒயின் பருகுவது அப்படியொன்றும் பெரிய பாவம் அல்ல. ஆனால் அதற்காக, மருந்து ஒன்றில் ஒயினைக் கலந்து குடிக்கமுடியுமா? கேட்பதற்கே அபத்தமாக இல்லை?

'ஃப்ரெஞ்ச் ஒயின் கோக்கா வெறும் இனிப்புப் பானம் மட்டுமல்ல, அது ஒரு சிறந்த மருந்து, இன்னின்ன வியாதிகளை உடனடியாகக் குணப்படுத்துகிறது' என்று விளம்பரம் செய்கிறார் ஜான் பெம்பர்டன். ஆனால், அப்படிப்பட்ட ஒரு மருந்தில் ஒயின் கலந்திருந்தால், அதைச் சின்னக் குழந்தைகள், பெரியவர்கள், வயதானவர்கள், ஆண்கள், பெண்கள் எல்லோரும் நம்பிச் சாப்பிடமுடியுமா? அங்கேதான், ஒயின் ஒரு பொருந்தாத கலவையாகிவிட்டது.

தவிர, அமெரிக்கர்கள் அப்போதுதான் குடிப் பழக்கத்தின் தீமைகள், பின்விளைவுகளைப்பற்றித் தீவிரமாக யோசிக்கத் தொடங்கியிருந்தார்கள். எங்கே பார்த்தாலும் மதுவிலக்குப் பிரசாரங்கள், பல மாநிலங்கள், மது வகைகளைத் தடை செய்யலாமா என்று யோசித்துக்கொண்டிருந்தன.

இப்படி ஒரு பரபரப்புச் சூழ்நிலையில்தான், ஜான் பெம்பர்டனின் ஃப்ரெஞ்ச் ஒயின் கோக்கா அறிமுகமானது. பரவலான, பிரமாதமான விளம்பரங்களால், ஆரம்பத்தில் இதற்கு ஓரளவு நல்ல வெற்றி கிடைத்தது. ஆனால் சீக்கிரத்திலேயே, மதுவிலக்குப் பிரசாரங்கள் இதன் விற்பனையைப் பாதிக்கத் தொடங்கிவிட்டன.

ஒயின் சாப்பிட்டால் என்ன, ஃப்ரெஞ்ச் ஒயின் கோக்கா சாப்பிட்டால் என்ன? இரண்டும் கிட்டத்தட்ட ஒன்றுதானே என்று மக்கள் நினைக்க ஆரம்பித்தார்கள். மதுப் பழக்கத்திலிருந்து விடுபட விரும்பியவர்கள் இந்த மருந்தையும் தவிர்க்கத் தொடங்கினார்கள்.

இதனால், ஃப்ரெஞ்ச் ஒயின் கோக்காவின் எதிர்காலம் நிச்சயமற்றதாகிவிட்டது. ஒயினோடு கலந்த ஒரு மருந்தை, அல்லது பானத்தை பொதுமக்கள் பரவலாக வாங்கிப் பயன்படுத்துவார்களா என்பதில் பெம்பர்டனுக்கே கொஞ்சம் சந்தேகம்தான்.

ஆகவே, ஒயின் இல்லாத, ஒரு 'சுத்தமான' சமர்த்துக் கலவையை

உருவாக்கவேண்டும் என்று முடிவு செய்தார் அவர். பழையபடி, மருந்து ஆராய்ச்சிகள் தொடங்கின.

வழக்கம்போல், புதுப்புது ரசாயனங்களைக் களேபரமாகக் கலந்து பார்த்தார் ஜான் பெம்பர்டன். தினம் தினம் வெவ்வேறு வெப்பநிலைகளில் வித்தியாசமான கலவைகள், பரிசோதனை முயற்சிகள், தூ-தூ-தூ நிராகரிப்புத் துப்பல்கள்.

இந்தத் தடுமாற்றங்களுக்கு நடுவில்தான், திடீரென்று ஒருநாள் பெம்பர்டனுக்கு ஒரு கச்சிதமான கலவை சிக்கிவிட்டது. அந்த ரசாயனக் கரைசலில் சோடா / கார்பன் ஏற்றிய தண்ணீரைக் கலந்து குடித்தபோது, 'ஆஹா, இதுதான் காலத்தைக் கடந்து நிற்கப்போகும் அற்புதமான பானம்' என்று ஜான் பெம்பர்டன் பரவசமானார்.

என்ன? கதாநாயகன் ஒரே பாட்டில் பணக்காரனாகும் தமிழ் சினிமா பார்ப்பதுபோல் இருக்கிறதா? எல்லோருக்கும் அந்தச் சந்தேகம்தான்.

ஆனால், 'கோக-கோலா'வின் அதிகாரபூர்வ சரித்திரம் இப்படித்தான் சொல்கிறது. திடுதிப்பென்று ஒருநாள், பெம்பர்டனுக்கு அந்த மந்திரக் கலவை 'அகப்பட்டு'விட்டதாம். இந்தக் கதையை நம்புவதும் நம்பாமல் இருப்பதும் நம்முடைய இஷ்டம்!

பல ஆண்டுகளாக வெவ்வேறு கலவைகளை முயற்சி செய்துகொண்டிருந்த ஜான் பெம்பர்டனுக்கு. கோக்கா மற்றும் கோலாவுடன் சர்க்கரை, கார்பன் ஏற்றிய தண்ணீர் கலந்த இந்தக் கலவை, எதேச்சையாகக் கிடைத்திருக்க வாய்ப்பு இல்லை. அவர் முயன்று பார்த்த வெவ்வேறு விகிதங்களில், இதுவும் ஒன்று. எதிர்பார்த்தபடி நன்றாக அமைந்துவிட்டது. அவ்வளவுதான் சமாசாரம்.

தன்னுடைய முந்தைய கண்டுபிடிப்புக்கு 'ஃப்ரெஞ்ச் ஒயின் கோக்கா' என்று விஸ்தாரமாகப் பெயர் வைத்து, விரிவான விளம்பரங்களெல்லாம் எழுதியவர் ஜான் பெம்பர்டன். ஆனால்

ஏனோ, இந்தப் பானத்துக்குக் குறிப்பிட்டுச் சொல்லும்படியான ஒரு பெயரை அவர் தேர்வு செய்யவில்லை. 'நான் கண்டுபிடித்திருக்கும் ஒரு புதிய பானம் இது, பயன்படுத்திப் பாருங்கள்' என்பதுபோல் சுருக்கமாக ஒரு குறிப்பு எழுதி, அதனைக் கடைகளுக்கு அனுப்பிவைத்துவிட்டார்.

எந்தக் கடைகளுக்கு?

அன்றைய அமெரிக்காவில், 'சோடா ஃபவுன்டைன்'கள் (Soda Fountains) என்கிற கடைகள் மிகப் பிரபலம். குறிப்பாக, வெயில் காலங்களின்போது, தேசம்முழுவதும் தெருவுக்குத் தெரு, மூலைக்கு மூலை இந்தக் கடைகளைப் பார்க்கமுடியும்.

'சோடா ஃபவுன்டைன்'களைத் தமிழில் 'சோடா ஊற்று'கள் என்று கவித்துவமாக அழைக்கலாம். ஆனால் அடிப்படையில், இவை சோடாக் கடைகள். அவ்வளவுதான்.

அதற்காக, அமெரிக்க தினசரி வாழ்க்கையில் இந்தக் கடைகளின் முக்கியத்துவத்தைக் குறைத்து மதிப்பிட்டுவிடக்கூடாது. சோடாத் தண்ணீரில் விதவிதமான சுவைகளைக் கலந்து தரும் இந்த சோடா ஃபவுன்டைன்கள், தினந்தோறும் நூற்றுக்கணக்கான, ஆயிரக்கணக்கான அமெரிக்கர்களின் தாகம் தணித்துக்கொண்டிருந்தன. அமெரிக்கக் கலாசாரத்தின் ஒரு பகுதியாகவே மாறிவிட்ட சோடா ஃபவுன்டைன்களை, அவர்களுடைய இலக்கியங்கள், திரைப்படங்கள் என்று எங்கேயும் பார்க்கமுடியும்.

சோடா ஃபவுன்டைன்களைப் புரிந்துகொள்வதற்கு வசதியாக, அவற்றுக்கு இணையாக நம் ஊரில் ஒரு விஷயத்தைச் சொல்லவேண்டுமானால் - காப்பி / டீக் கடைகளைக் குறிப்பிடலாம். நம்மவர்களுக்குச் சில மணி நேரத்துக்கு ஒருமுறை காப்பி அல்லது டீ தேவைப்படுவதுபோல், அமெரிக்கர்களுக்கு சோடா ஏற்றிய குளிர்பானங்கள்.

இத்தனைக்கும், நம் ஊர்போல் அமெரிக்காவில் வெயில் காலம் அப்படியொன்றும் கொடுமையானது இல்லை.

ஆனால், வெள்ளைத் தோல் அமெரிக்கர்களுக்கு அந்த வெயில் தீவிரமானதுதான். அடிக்கடி தாகத்தோடு இவர்கள் சோடா ஃபவுன்டைன்களைத் தேடி வருவார்கள்.

சோடாவை ஐஸ் கட்டி மிதக்கக் குடித்தால், ஜில்லென்றுதான் இருக்கும். ஆனால், சோடாவுக்குக் குறிப்பிட்டுச் சொல்லும்படியான எந்த ருசியும் கிடையாது.

அங்கேதான் பிரச்னை. தாகம் என்று வருகிறவர்கள், வெறும் சோடாவை ஒரு முறை குடிக்கலாம், இரண்டாவது முறை மூக்கைப் பிடித்துக்கொண்டு குடிக்கலாம், மூன்றாவது தடவை, சலித்துப்போய்விடும்.

ஆனால் அதற்காக, 'சர்த்தான் போடா' என்று போய்விடமுடியாது. அரை மணி நேரத்துக்குள் மீண்டும் தாகம் எடுக்கும். மறுபடி வேறொரு சோடா ஃபவுன்டைனுக்குள் நுழைய வேண்டியிருக்கும்.

இப்படி அடிக்கடி வருகிறவர்களின் வசதிக்காக, இந்த சோடா ஃபவுன்டைன்களில் பல சுவைகளில் விதவிதமான சோடாக்கள் கிடைத்தன. அதாவது, வெறும் சோடாவைக் குடிக்கத் தராமல், அதில் இஞ்சி, ஆரஞ்சு, எலுமிச்சை என்று எதையாவது கலந்து வித்தியாசமான சுவைகளில் கொடுத்தார்கள்.

இதனால், திரும்பத் திரும்ப ஒரேமாதிரியான சோடாவைக் குடிக்கிறோம் என்கிற சலிப்பு உணர்வு எழாமல், மக்கள் ஏராளமாக சோடா குடித்தார்கள், சோடா ஃபவுன்டைன்களில் கூட்டம் நிரம்பி வழிந்தது.

இந்த சோடாக்களின் இன்னொரு விசேஷம், விலை மலிவு. ஆகவே, அன்றாடங்காய்ச்சிகளில் ஆரம்பித்துப் பெரும் பணக்காரர்கள்வரை எல்லோரையும் சோடா ஃபவுன்டைன்கள் என்கிற ஒரே குடையின்கீழ் பார்க்கமுடிந்தது.

எல்லாவிதமான மக்களையும் கவரும்படியான ஒரு பானத்தைத் தயாரிக்கவேண்டும் என்று துடிதுடித்துக்கொண்டிருந்த

ஜான் பெம்பர்டனை, இந்த சோடா ஃபவுன்டைன்கள் மிகவும் கவர்ந்தன. அமெரிக்காமுழுவதும், எல்லா சோடா ஃபவுன்டைன்களிலும் ஜனங்கள் விரும்பிக் குடிக்கும்படியான ஒரு பானத்தைக் கண்டுபிடித்துவிட்டால் எப்படி இருக்கும் என்று கற்பனையில் மிதந்தார் அவர்.

அதன்பிறகுதான், அவருடைய மருந்து ஆராய்ச்சி, சோடா குளிர்பான ஆராய்ச்சியாகவும் இரட்டை வேடம் ஏற்றுக்கொண்டது. ஒரே ஒரு ரசாயனக் கலவை - அதை நோயாளி குடித்தால், வியாதி குணமாகும், நோய் இல்லாதவர்கள் குடித்தால், தாகம் தணியும், சுறுசுறுப்பு அதிகரிக்கும் - இதுதான் ஜான் பெம்பர்டனின் இலக்கு. அப்படி ஒரு மருந்தைத் தயாரித்துவிட்டால், காசு தானாக வந்து குவியும் என்று கணக்குப் போட்டிருந்தார்.

இந்த அடிப்படையில்தான், ஃப்ரெஞ்ச் ஒயின் கோக்காவுக்கு மாற்றாக, ஒரு புதிய கலவையைக் கண்டறிந்தார் ஜான் பெம்பர்டன். இந்தக் கலவை உண்மையிலேயே சிறப்பானதுதானா என்று தெரிந்துகொள்வதற்கு, முதலில் அதனை சோடா ஃபவுன்டைன்களில் பரிசோதித்துப் பார்க்கவேண்டும் என்று தீர்மானித்தார்.

பெம்பர்டனின் திட்டம் மிக எளிமையானது - முதலில் இந்த மருந்தைப் பக்கத்தில் இருக்கும் சோடா ஃபவுன்டைன்களுக்குமட்டும் அனுப்பலாம், உள்ளூர் மக்கள் அதனை விரும்பிக் குடித்தால், அதன்பிறகு மற்ற வெளியூர்களுக்கு அனுப்பலாம், பெரிய அளவில் விளம்பரங்கள் செய்யலாம், ஒருவேளை அவர்கள் இந்தப் பானத்தை நிராகரித்துவிட்டால், பழையபடி வேறு ரசாயனக் கலவையை(?)க் கண்டுபிடிக்கும் முயற்சிகளில் இறங்கலாம்.

இப்படி எதற்கும் தயாராகத்தான் தனது முதல் அடியைக் கவனமாக எடுத்துவைத்தார் பெம்பர்டன். தன்னுடைய 'அபூர்வ' கலவையை அதிக அளவில் தயார் செய்து, புட்டிகளில் அடைத்துக்கொண்டார். 'சிரப்' என்று அழைக்கப்பட்ட

இந்தக் கலவையை எப்படிப் பயன்படுத்தவேண்டும், எந்த அளவு சோடாவுடன் எப்படிக் கலக்கவேண்டும் என்கிற தெளிவான குறிப்புகளுடன், பக்கத்தில் இருக்கும் சில சோடா ஃபவுன்டைன்களுக்கு அனுப்பிவைத்தார்.

பின்னாலேயே, தன்னிடம் வேலை செய்யும் எடுபிடிப் பையன்கள் சிலரையும் இந்தக் கடைகளுக்கு அனுப்பினார் பெம்பர்டன். இவர்களுடைய வேலை, சோடா ஃபவுன்டைன்களுக்கு வருகிற மக்களை நோட்டமிடுவது, அவர்கள் மத்தியில் இந்தப் புதிய பானத்துக்கு வரவேற்பு எப்படி இருக்கிறது என்பதைக் கவனித்துச் சொல்வது.

குறிப்பாக, யாரெல்லாம் இந்தப் பானத்தை வாங்குகிறார்கள், வாங்கிக் குடித்தபிறகு அவர்கள் எப்படி உணர்கிறார்கள், இதுதான் வேண்டும் என்று அடிக்கடி கேட்டுப் பருகுகிறவர்கள் இருக்கிறார்களா என்றெல்லாம் தெரிந்துகொள்வதில் மிகுந்த ஆர்வம் காட்டினார் ஜான் பெம்பர்டன். சோடாக் கடை உரிமையாளர்கள் மற்றும் வாடிக்கையாளர்களின் விமர்சனத்தைப் பொறுத்து, தன்னுடைய 'சிரப்'பில் வேண்டிய மாற்றங்களைச் செய்யவும் அவர் தயாராக இருந்தார்.

ஆனால், அதற்கான அவசியமே ஏற்படவில்லை. ஆரம்பத்திலிருந்தே, ஜான் பெம்பர்டனின் புதிய பானம் தாகம் கொண்ட அமெரிக்கர்களிடையே ஓரளவு நல்ல வரவேற்பைப் பெற்றது. ஐந்து, பத்து என்று தொடங்கி, விற்பனை ஐம்பது, நூறு என்று உயர ஆரம்பித்தது.

இதனால், சோடா ஃபவுன்டைன் உரிமையாளர்கள் ஜான் பெம்பர்டனை நச்சரிக்கத் தொடங்கினார்கள். இவர்கள் ஆளாளுக்கு 'இன்னும் அதிக சிரப் வேண்டும்' என்று பிடிவாதம் பிடிப்பதால், வாரத்துக்கு வாரம் பெம்பர்டன் 'சிரப்'பின் தயாரிப்பு, விற்பனை அளவு அதிகரித்துக்கொண்டிருந்தது.

அதன்பிறகுதான், பெம்பர்டனுக்குத் தன்னுடைய கண்டுபிடிப்பின்மீது முழு நம்பிக்கை பிறந்தது. எப்படியாவது

இதைப் பெரிய அளவில் பிரபலப்படுத்தியாகவேண்டும் என்று முடிவெடுத்தார்.

அன்றைய அமெரிக்காவில், புதிய தொழில் முயற்சிகளுக்குக் குறைச்சலே இல்லை. ஜான் பெம்பர்டன்போல் ஏகப்பட்ட பேர் நல்ல, சுமாரான, மோசமான தயாரிப்புகளைக் கையில் வைத்துக்கொண்டு, தங்களுடைய குடிசைத் தொழிலை எப்படி முன்னேற்றுவது, மக்களிடையே அதனை எப்படிக் கொண்டுசெல்வது என்று தீவிரமாக யோசித்துக்கொண்டிருந்தார்கள்.

இந்தச் சூழ்நிலையில், ஜான் பெம்பர்டன் தன்னுடைய குளிர்பானத்தைப் பிரபலப்படுத்த விரும்பினால், அதற்கு உறுதியான ஒரே வழி, விளம்பரங்கள்தான். டாலரைக் கொட்டி, செய்தித் தாள்கள், பத்திரிகைகள், சுவரொட்டிகள், பலகைகள் என்று விதவிதமாக விளம்பரம் செய்தாகவேண்டும், மக்கள் எங்கே பார்த்தாலும், இந்தப் பானத்தின் பெயர்தான் கண்ணில் படவேண்டும்.

செய்யலாம்தான். ஆனால், என்ன பெயரைச் சொல்லி விளம்பரம் செய்வது? இந்தப் புதிய பானத்துக்குதான் இன்னும் உருப்படியாக எந்தப் பெயரும் வைக்கவில்லையே!

ஒரு பொருள், எல்லாத் தரப்பினரையும் சென்று சேரவேண்டுமானால், அதற்குப் பெயரிலேயே ஒரு கவர்ச்சி இருக்கவேண்டும். உச்சரிக்கச் சுலபமாகவும், சட்டென்று நினைவில் வைத்துக்கொள்ளக்கூடியதாகவும் இருந்தால்தான், மக்கள் திரும்பத் திரும்ப அதைக் கேட்டு வாங்குவார்கள்.

இந்தக் கண்ணோட்டத்துடன் ஜான் பெம்பர்டனும் அவருடைய பிஸினஸ் தோழர்களும் சுற்றி உட்கார்ந்து யோசித்தார்கள். விவாதம் மெல்லச் சூடு பிடித்தது, விதவிதமான பெயர்கள் சிபாரிசு செய்யப்பட்டன. ஆனால், எதுவும் யாருக்கும் பிடிக்கவில்லை. சுற்றிவளைத்துப் பேசிக்கொண்டிருந்தார்களே தவிர, உருப்படியாக எந்த முடிவும் எட்டப்படவில்லை.

கடைசியில், பெம்பர்டனின் ஆராய்ச்சி நிறுவனத்தில் இணைந்து பணியாற்றிக்கொண்டிருந்த ஃப்ராங்க் ராபின்ஸன் *(Frank Robinson)* என்பவருக்குதான் அட்டகாசமான அந்த யோசனை தோன்றியது - கோகாவும் கோலாவும் இணைந்த பானம் என்கிற அர்த்தத்தில், இதற்கு 'கோக-கோலா' *(Coca-Cola)* என்று பெயர் சூட்டினால் என்ன?

மிகப் பொருத்தமாகவும், மோனை அழகோடும் இருந்த அந்தப் பெயரை, எல்லோரும் உடனடியாக ஏற்றுக்கொண்டார்கள். இந்தப் பெயரிலேயே புதிய குளிர்பானத்தைப் பெரிய அளவில் விளம்பரம் செய்வது என்று தீர்மானிக்கப்பட்டது.

விளம்பரங்களில் 'கோக-கோலா' என்கிற பெயரை அப்படியே அச்சிடுவதைவிட, அழகான, தனித்தன்மையான ஓர் ஓவிய வடிவில் தந்தால், மக்கள் அதனைச் சட்டென்று அடையாளம் கண்டுகொள்வார்கள். இதையும் ஃப்ராங்க் ராபின்ஸனே செய்தார். ஸ்டைலாக அவர் எழுதிய '*Coca-Cola*'தான், இன்றுவரை அந்நிறுவனத்தின் விளம்பரங்களில் பயன்படுத்தப்படுகிறது, உலகிலேயே மிக அதிக அளவு மக்கள் உடனடியாக அடையாளம் காணும் சின்னம் *(Logo)* இதுதான்!

வெறுமனே பெயர் எழுதிக் கொடுப்பதுடன், ஃப்ராங்க் ராபின்ஸனின் கடமைகள் முடிந்துவிடவில்லை. 'கோக-கோலா' என்று பெயர் சூட்டிய நாளில் தொடங்கி, ஜான் பெம்பர்டனின் கண்டுபிடிப்பான இந்தக் குளிர்பானத்தை அவர்தான் உரிமையோடு தத்தெடுத்துக்கொண்டார். 'கோக-கோலா' பிராண்ட் வடிவமைப்பில் ஆரம்பித்து, அதற்கான விளம்பர வரிகளைத் தேர்ந்தெடுத்துப் பிரபலப்படுத்தியதுவரை எல்லாமே ஃப்ராங்க் ராபின்ஸனின் பொறுப்புதான்.

கோக-கோலாவின் ஆரம்ப காலச் சரித்திரத்தில், ஃப்ராங்க் ராபின்ஸன் மிக முக்கியமானவராகக் குறிப்பிடப்படுவதற்கு இன்னொரு காரணமும் உண்டு - ஒரு கடுமையான பிஸினஸ் சண்டையில், பொடிப்பொடியாக உதிர்ந்து சிதறியிருக்கவேண்டிய கோக-கோலா குளிர்பானத்தை, அவர்தான் சிரமப்பட்டுக்

காப்பாற்றி, அடுத்த கட்ட வளர்ச்சிக்கு எடுத்துச்சென்றார்.

அன்றைக்கு கோக-கோலாவுடன் அறிமுகமான மற்ற குளிர் பானங்களில், நூற்றுக்குத் தொண்ணூற்றொன்பது இப்போது சந்தையில் இல்லை. அவற்றில் பெரும்பாலானவற்றின் பெயர்கூட சரித்திரத்தில் பதிவாகவில்லை. இருந்த சுவடு தெரியாமல் மறைந்துவிட்டன.

ஆனால், கோக-கோலாமட்டும் அதிவேக வளர்ச்சியடைந்து, உலகை ஆக்கிரமித்திருக்கிறது. அநேகமாக எல்லா நாடுகளிலும் கோக-கோலா கிடைக்கிறது, நாம் இந்தப் புத்தகத்தைப் படிக்கும் இந்த விநாடியில், உலகின் அனைத்து முக்கிய, அ-முக்கிய நகரங்களிலும் கோக-கோலா விற்பனையாகிக்கொண்டிருக்கிறது. அஸ்தமிக்காத சூரியன்போல் ஓய்வில்லாமல் காசைக் கொண்டுவந்து குவித்துக்கொண்டிருக்கிறது.

இத்தனைக்கும் காரணகர்த்தா, கோக-கோலாவுக்கு வலுவான அடித்தளம் அமைத்துக்கொடுத்தவர் யார் என்று பார்த்தால், ஃப்ராங்க் ராபின்ஸன். அவருடைய அசாத்திய பொறுமையும் கடும் உழைப்பும்தான், பல தடுமாற்றங்கள், ஏமாற்றங்கள், துரோகங்கள், குடுமிப்பிடிச் சண்டைகளுக்கு நடுவிலும், கோக-கோலா என்கிற பானத்தின், பிராண்டின் தனித்தன்மை கெட்டுவிடாதபடி பார்த்துக்கொண்டது.

அதனால்தான், கோக-கோலாவைக் கண்டறிந்த ஜான் பெம்பர்டனுக்கு இணையாக, அல்லது அவரைவிட ஒரு படி மேலாகவே மதிக்கப்படுகிறார் ஃப்ராங்க் ராபின்ஸன்!

4. கொத்து பரோட்டா

தெருமுனைக் கையேந்தி பவனில், இட்லி பஞ்சுபோல், மல்லிகைபோல், இன்னும் என்னென்னவோபோல் மிருதுவாக இருக்கிறது, சட்னியில் குழைத்து வாயில் போட்டால் வயிறு இன்னும், இன்னும் என்று கேட்கிறது.

'நாங்கல்லாம் வீட்ல செஞ்சா இப்படி வர்றதில்லையே, என்ன மாயம்ங்க இது?' என்று கடைக்காரரைப் பாராட்டி விசாரிக்கிறோம்.

உடனே அவர் சட்டென்று 'ஒரு தம்ளர் அரிசி, மூன்று தம்ளர் உளுந்து எடுத்துக்கொள்ளவும்' என்று சமையல் குறிப்பு சொல்ல ஆரம்பித்துவிடுகிறாரா? இல்லையே! வெறுமனே நமுட்டுச் சிரிப்பு ஒன்றைச் சிந்திவிட்டு, அடுத்த கஸ்டமரைக் கவனிக்கச் சென்றுவிடுகிறார். ஏன்?

எல்லாம் ஒரு 'தொழில் ரகசியம்'தான்!

ஒரு சாதாரண இட்லிக்குள்ளேயே, இப்படிப் பல ரகசியங்கள் ஒளிந்திருக்கின்றன. அப்படியானால், உலகையே ஒரு கலக்கு கலக்கப்போகிறது என்று ஜான் பெம்பர்டன் நம்பிக்கொண்டிருந்த

அந்த 'கோக-கோலா'வுக்கான ஃபார்முலாவை, அவர் எந்த அளவு பத்திரமாகப் பாதுகாத்திருக்கவேண்டும்!

இந்த இடத்தில்தான், ஜான் பெம்பர்டன் கொஞ்சமும் எதிர்பார்க்காத சில பிரச்னைகள் முளைத்துவிட்டன. இதனால், கோக-கோலா கண்டறியப்பட்ட சில வருடங்களுக்குள், அதற்கான ஃபார்முலா ஐந்தாறு பேரிடம் சிக்கிக்கொண்டிருந்தது.

இவர்களைத்தவிர, இன்னும் சிலர் 'எங்களிடம் இருப்பதுதான் உண்மையான கோக-கோலா ஃபார்முலா' என்று பிரச்னை கிளப்பினார்கள். இப்படி ஒவ்வொருவரும் நாங்கள்தான் இனிமேல் கோக-கோலா தயாரிப்போம் என்று சண்டை போட ஆரம்பித்ததில் ஏகப்பட்ட கூச்சல், குழப்பம், களேபரம்.

இத்தனை கலாட்டாவுக்கும் காரணம் யார் என்று பார்த்தால், சாட்சாத் ஜான் பெம்பர்டனேதான். கஷ்டப்பட்டு கோக-கோலாவைக் கண்டுபிடித்தபிறகு, வயதான காலத்தில் உட்கார்ந்த இடத்தில் வருகிற காசை வாங்கிப் பாக்கெட்டில் போட்டுக்கொண்டு சும்மா இருக்காமல், தெரிந்து கொஞ்சம், தெரியாமல் மிச்சம் என்று ஏகப்பட்ட தவறுகளைச் செய்துவிட்டார் மனிதர்.

இதன் விளைவு, பத்திரமாகப் பாதுகாக்கப்படவேண்டிய கோக-கோலா ஃபார்முலாக் காகிதம், பிட் நோட்டீஸ் கணக்காக இறைபடத் தொடங்கிவிட்டது. அஞ்சுக்கும் பத்துக்கும் அரை பாட்டில் விஸ்கிக்குமாக விற்கப்பட்ட ஃபார்முலா, இன்னும் பல கைகள் மாறி, மதிப்பிழந்து போனது.

இதனால், ஒருகட்டத்தில் நிஜமாகவே கோக-கோலாவின் ஃபார்முலா யாரிடம் இருக்கிறது, அதைப் பயன்படுத்திக் குளிர்பானம் தயாரிக்கும் உரிமை யாரைச் சேர்ந்தது என்பதே தெளிவாகத் தெரியாதபடி குழப்பம் ஏற்பட்டுவிட்டது. போதாக்குறைக்கு, ஜான் பெம்பர்டனும் அவருடைய மகனும் இந்த எரிகிற கொள்ளியில் இன்னும் எண்ணெயை அள்ளி ஊற்றினார்கள்.

இத்தனை குழப்பமும் தொடங்கிய இடம், அட்லாண்டாவில் தொடங்கப்பட்டிருந்த 'பெம்பர்டன் கெமிக்கல் கம்பெனி' என்கிற நிறுவனம். ஜான் பெம்பர்டன்தவிர, அதில் பங்குதாரர்களாக இருந்த மற்றவர்கள் - ஃப்ராங்க் ராபின்ஸன், டேவிட் டோ *(David Doe)* மற்றும் எட்மண்ட் ஹாலண்ட் *(Edmund Holland)*.

இவர்கள் நான்கு பேரும் சேர்ந்து உருவாக்கிய இந்த ரசாயன நிறுவனம்தான், ஜான் பெம்பர்டனின் ஆராய்ச்சிகள் அனைத்திற்கும் தேவையான நிதி உதவியை அளித்துக்கொண்டிருந்தது. இதனைப் பயன்படுத்தித்தான், 'கோக-கோலா'வுக்கான ஃபார்முலாவை உருவாக்கினார் பெம்பர்டன்.

நியாயப்படி பார்த்தால், கோக-கோலா இந்த நிறுவனத்துக்குதான் சொந்தம், அதன் பங்குதாரர்கள் நான்கு பேருக்கும், ஆளுக்குக் கால் பாகமாக பெம்பர்டன் கோக-கோலாவின் உரிமையைப் பிரித்துக் கொடுத்திருக்கவேண்டும்.

ஆனால், ஜான் பெம்பர்டன் என்ன செய்தார்? இந்தப் புதிய கண்டுபிடிப்பைத் தன்னுடைய பெயரில்மட்டும் உரிமைப் பதிவு செய்துகொண்டுவிட்டார். இந்த விஷயம், மற்ற மூன்று கூட்டாளிகளுக்கும் தெரியாது.

இன்னொருவர் காசில் ஆராய்ச்சி செய்து, அதன்மூலம் உருவாகிய ஒரு தயாரிப்பைத் தனக்குமட்டும் முழுச் சொந்தமாகப் பதிவு செய்துகொள்வது சுத்த அயோக்கியத்தனம்தான்.ஆனால், ஜான் பெம்பர்டன் தர்ம நியாயங்களைப்பற்றியெல்லாம் கவலைப்படவில்லை. கோக-கோலா முழுக்க முழுக்கத் தன்னுடைய சொத்து என்றுதான் அவருக்குத் தோன்றியது. ஆகவே, சத்தமில்லாமல் மற்ற மூன்று பேரையும் கழற்றிவிட்டார்.

வேடிக்கையான விஷயம், பெம்பர்டனின் இந்த துரோகம்பற்றித் தெரியாமலேயே, மற்றவர்கள் அவருடன் இணைந்து பணியாற்றிக்கொண்டிருந்தார்கள். குறிப்பாக, ஃப்ராங்க் ராபின்ஸன் கோக-கோலாவை முன்னேற்றுவதற்கும், பிரபலப்படுத்துவதற்கும் மிகத் தீவிரமாகப்

பாடுபட்டுக்கொண்டிருந்தார்.

அயாவோ மாகாணத்தில் வளர்ந்த ஃப்ராங்க் ராபின்ஸன், அட்லாண்டாவுக்கு வந்து சேர்ந்தபோது, அவருக்கு வயது நாற்பதைக் கடந்திருந்தது. ஜான் பெம்பர்டனின் ஆராய்ச்சியில் நம்பிக்கை கொண்டு, அவருடைய நிறுவனத்தின் கணக்கு, வழக்குகளைப் பார்த்துக்கொண்டு அங்கேயே தங்கிவிட்டார் ராபின்ஸன்.

1886ம் ஆண்டு, கோக-கோலா கண்டறியப்பட்டது. ஜான் பெம்பர்டன் உருவாக்கிய இந்தப் புதிய பானத்தைப் பருகிப் பார்த்த ராபின்ஸனுக்கு, உற்சாகம் தாங்கவில்லை. இதனை அமெரிக்கா முழுவதும் கொண்டுசென்றாகவேண்டும் என்று திட்டமிட்டு உழைக்கத் தொடங்கினார்.

ஃப்ராங்க் ராபின்ஸன்தான் கோக-கோலாவின் முதல் ரசிகர். கோக-கோலா என்பது வெறும் பானம்மட்டுமில்லை, அது ஓர் அடையாளம். மக்களிடையே அதனைப் பரிச்சயப்படுத்திப் பிரபலமாக்கிவிட்டால், அதன்பிறகு விற்பனை தானாக அதிகரிக்கும், லாபம் குவியும் என்று முதன்முதலாகப் புரிந்துகொண்டவரும் அவர்தான்.

கோக-கோலாவுக்கான ஆரம்ப கால விளம்பரங்கள் அனைத்தும், ராபின்ஸனின் மேற்பார்வையில்தான் உருவாக்கப்பட்டன. கவர்ச்சிகரமான விளம்பர வாசகங்களை எழுதிக் கொடுத்து உற்சாகப்படுத்திய அவர், மிக அதிக எண்ணிக்கையிலான அமெரிக்கர்களின் கண்களில் கோக-கோலா சின்னத்தைக் கொண்டுசெல்லும் முயற்சிகளில் இறங்கினார்.

ஆனால், வெறுமனே விளம்பரம்மட்டும் செய்தால் போதுமா? இப்போது அட்லாண்டாவில்மட்டும் கிடைத்துக்கொண்டிருக்கிற கோக-கோலா, எல்லா அமெரிக்க நகரங்களிலும் கிடைக்கத் தொடங்கினால்தானே விளம்பரங்களின் பலன் தெரியும்?

இதற்கும் ஃப்ராங்க் ராபின்ஸன் பொறுப்பேற்றுக்கொண்டார். அவருடைய தலைமையில் கோக-கோலா சிரப்பின் உற்பத்தி

மற்றும் விநியோகத்தில் சுறுசுறுப்பேறியது. இந்தப் புதிய குளிர்பானத்தைச் சுற்றியுள்ள ஊர்களுக்குக் கொண்டுசெல்கிற பணிகளில் தீவிரமாக ஈடுபட்டிருந்தார் ராபின்ஸன்.

அவருடைய கடும் உழைப்புக்கு, உடனடிப் பலன் கிடைத்தது. அட்லாண்டா, அதன் சுற்றுவட்டாரப் பகுதிகளில் கோக-கோலா ஒரு சுவையான, சுறுசுறுப்பூட்டும் குளிர்பானம் என்கிற பிம்பம் *(Image)* பிரபலமாக ஆரம்பித்தது. சோடா ஃபவுன்டைன்களுக்கு வருகிற மக்கள், 'கோக-கோலாதான் வேண்டும்' என்று அதன் பெயரைச் சொல்லிக் கேட்டு வாங்கத் தொடங்கினார்கள்.

இதனால், அதுவரை சோதனை அடிப்படையில் கோக-கோலா உற்பத்தி செய்துகொண்டிருந்த பெம்பர்டன் கெமிக்கல் நிறுவனம், முழு வீச்சில் சிரப் தயாரிப்பு வேலைகளில் இறங்கியது. ஜான் பெம்பர்டனின் கண்டுபிடிப்பு, ஏராளமான புட்டிகளில் தினம் தினம் அதிவேகத்தில் விற்பனையாகிக்கொண்டிருந்தது.

இதைத் தொடர்ந்து, விளம்பரங்களை மேலும் தீவிரமாக முடுக்கிவிட்டார் ஃபிராங்க் ராபின்ஸன். தாகம் எடுக்கிற எல்லோருக்கும், உடனடியாக கோக-கோலாவின் நினைவு வரவேண்டும் என்று திட்டமிட்டு உழைத்துக்கொண்டிருந்தார் அவர்.

இதனால், சோடா ஃபவுன்டைன்களில் கோக-கோலாவின் விற்பனை படிப்படியாக அதிகரித்தது, அதற்கேற்ப சிரப் உற்பத்தி, விற்பனையும் கூடியது, லாபம் வரத் தொடங்கியது.

இதையெல்லாம் பார்த்த ஜான் பெம்பர்டனுக்கு, ஒரு விஷயம் தெளிவாகப் புரிந்தது - கோக-கோலா அவர் நினைத்ததைவிடப் பலமடங்கு பெரிய வெற்றி அடையப்போகிறது. இந்த எண்ணம் தோன்றியதும், வீட்டில் பத்திரமாக வைத்திருந்த ஃபார்முலா பேப்பரைக் கையில் எடுத்து ஒருமுறை ஆசையோடு பார்த்துக்கொண்டார் அவர்.

ஜான் பெம்பர்டனைப் பெரும்பாலானோர் சிறந்த ஆராய்ச்சியாளர் என்று பாராட்டுகிறார்கள், கடின உழைப்பாளி,

விடாமுயற்சி கொண்டவர் என்றெல்லாம் புகழ்கிறார்கள். ஆனால், யாரும் அவரைப் புத்திசாலித் தொழிலதிபர் என்று சொல்வதில்லை.

காரணம், ஒரு தொழிலில் வெற்றியடைய விரும்புகிறவர்கள், பணத்தையோ, நேரத்தையோ அதில் முதலீடு செய்துவிட்டுப் பொறுமையாகக் காத்திருக்கவேண்டும். அவசரப்பட்டுத் தங்க முட்டையிடும் வாத்தை அறுத்துவிடக்கூடாது.

இந்த அடிப்படை விஷயமே, ஜான் பெம்பர்டனுக்குப் புரியவில்லை. கோக-கோலா சுமாராக விற்கிறது என்று தெரிந்ததும், உடனடியாக, 'இந்த ஃபார்முலா எத்தனை டாலருக்குப் போகும்?' என்று யோசிக்க ஆரம்பித்துவிட்டார்.

அவரைச் சொல்லிக் குற்றமில்லை. கோக-கோலா மவுசு இன்னும் எத்தனை நாள்களுக்கு நீடிக்கும் என்று அவருக்கே சந்தேகம் இருந்திருக்கலாம். இந்த ஆரம்ப ஜோர் இருக்கும்போதே, நல்ல விலைக்கு ஃபார்முலாவை விற்றுவிடலாம் என்று அவர் யோசித்திருக்கலாம்.

தவிர, இந்த ஃபார்முலா போய்விட்டாலும், தன்னால் இதேபோன்ற இன்னொரு 'மந்திர' பானத்தை உருவாக்கிவிடமுடியும் என்கிற நம்பிக்கை ஜான் பெம்பர்டனுக்கு இருந்தது. ஆகவே, 'ஆத்திர அவசரத்துக்கு உதவாத ஃபார்முலா எதற்கு?' என்று யோசித்தார். அதனை வெளியாள்களுக்கு விற்கத் தயாராகிவிட்டார்.

இப்போதாவது, அவர் தன்னுடைய பிஸினஸ் தோழர்களிடம் விஷயத்தைச் சொல்லியிருக்கலாம், உதவி கேட்டிருக்கலாம். செய்யவில்லை. பரம ரகசியமாக, தன்னுடைய கோக-கோலா ஃபார்முலாவை விற்பனை செய்கிற முயற்சிகளில் இறங்கிவிட்டார்.

ஜான் பெம்பர்டனிடம் இருந்து கோக-கோலாவை விலைக்கு வாங்க முன்வந்தவர்கள் இரண்டு பேர் - ஜார்ஜ் லாண்டிஸ் *(George Lowndes)* & வில்லிஸ் வெனபல் *(Willis Venable)*. கோக-

கோலா ஃபார்முலா மற்றும் தயாரிப்பு உரிமையில், மூன்றில் இரண்டு பங்கை இவர்களிடம் விற்றுவிட்டார் பெம்பர்டன். மிச்சமிருக்கும் ஒரு பங்கைமட்டும், எதற்கும் இருக்கட்டும் என்று தன்னிடமே வைத்துக்கொண்டார்.

கோக-கோலா சரித்திரத்தில் முதலாவது பாகப் பிரிவினை இது. அடுத்த ஐந்து ஆண்டுகளுக்குள், இன்னும் பல வெட்டு, குத்துகள் காத்திருந்தன. ஏகப்பட்ட பேர் சேர்ந்து, கோக-கோலா ஃபார்முலாவையும், தயாரிப்பு உரிமையையும் மொத்தமாகக் கொத்து பரோட்டா போட்டுவிட்டார்கள்.

பெம்பர்டன் கோக-கோலாவை வேறு யாருக்கோ தாரை வார்த்துக் கொடுத்துவிட்டார் என்கிற விஷயமே தெரியாமல், அவருடைய மற்ற கூட்டாளிகள் தொடர்ந்து சிரப் உற்பத்தியில் ஈடுபட்டிருந்தார்கள். கூடவே, விளம்பரங்களையும் அதிகப்படுத்தியிருந்தார்கள்.

அந்நாள்களில், எந்தப் பத்திரிகையைப் புரட்டினாலும், கோக-கோலா விளம்பரங்கள் கண்சிமிட்டிக்கொண்டிருந்தன. ஒருபக்கம் அதன் மருத்துவ குணங்களைக் குறிப்பிட்டு, 'ஒவ்வொரு வீட்டிலும் அவசியம் இருக்கவேண்டிய மருந்து' என்றார்கள், இன்னொருபக்கம், சுவை, புத்துணர்ச்சி என்று தாகம் தணிக்கும் பானமாகவும் அதனை விற்பனை செய்துகொண்டிருந்தார்கள்.

இவைதவிர, கோக-கோலாவுக்கென்று தனி ரசிகர் வட்டத்தை உருவாக்குவதற்காக, இலவசக் கூப்பன்களை அச்சிடத் தொடங்கினார் ஃப்ராங்க் ராபின்ஸன். மக்கள் பெரும் எண்ணிக்கையில் வசிக்கும் பகுதிகளில், இந்தக் கூப்பன்கள் விநியோகிக்கப்பட்டன. அதை எடுத்துக்கொண்டு பக்கத்தில் இருக்கும் கடைக்குச் சென்றால், ஒரு க்ளாஸ் கோக-கோலா இலவசம்!

போதாதா? அதுவரை கோக-கோலாபற்றிக் கேள்விப் பட்டிருக்காத ஜனங்கள்கூட, 'இலவசம்தானே' என்று சோடா ஃபவுன்டைன்களைத் தேடிப் போனார்கள், ஓசியில் ஜில்லென்று சாப்பிட்ட அந்த 'சாம்பிள்' பானம், அவர்களைத் திரும்பத்

திரும்ப வரவழைத்தது.

ஆச்சர்யம் என்னவென்றால், இப்படி வந்தவர்களில் பெரும்பாலானோர், கோக-கோலாவை ருசித்தபிறகு வேறு பானங்களைச் சாப்பிட மறுத்தார்கள், கோக-கோலாவின் தீவிர ரசிகர்களாகிவிட்டார்கள்.

ஆரம்பத்தில், இலவசமாக கோக-கோலா விநியோகிப்பதா என்று ஜான் பெம்பர்டன்கூடத் தயங்கினார். ஆனால், இப்படி இலவசமாகத் தருவதன்மூலம் விற்பனை, லாபம் அதிகரிக்குமேதவிர, குறையாது என்று அவருக்குப் பொறுமையாக விளக்கிச் சொன்னார் ஃப்ராங்க் ராபின்ஸன்.

அவர் சொன்னதுபோலவேதான் நடந்தது. முன்பு எப்போதும் இல்லாத அளவுக்கு கோக-கோலாவைத் தேடி வாங்கிக் குடிக்கிறவர்கள், மீண்டும் மீண்டும் இதற்காகவே சோடா ஃபவுன்டைன்களைத் தேடிப் போகிற ரசிகர்கள் அதிகமானார்கள்.

அதன்பிறகு, கோக-கோலாவின் சரித்திரம்முழுவதும், இந்த 'இலவச கூப்பன்' உத்தி பிரமாதமானமுறையில் பயன்படுத்தப்பட்டிருக்கிறது. அவர்கள் எந்தப் புதிய பானத்தை அறிமுகப்படுத்துவதென்றாலும், விளம்பர நோட்டீஸ்களோடு இலவச கூப்பன்களையும் அச்சிடுவது வழக்கமாகிவிட்டது.

இப்படியாக, இலவச சாம்பிள்களைத் தூண்டிலாகப் பயன்படுத்தி, ஏகப்பட்ட புதிய, நிரந்தர வாடிக்கையாளர்களைச் சேர்த்துக்கொண்டது கோக-கோலா. சீக்கிரத்திலேயே, 'அகில அமெரிக்க கோக-கோலா ரசிகர் மன்றம்' என்று போர்டு போடாதகுறையாக, நாள்முழுவதும் கோக-கோலாவில் மூழ்கி எழும் வெறியர்கள் உருவாகத் தொடங்கினார்கள்.

பெம்பர்டன் கெமிக்கல் நிறுவனம் இந்த வரவேற்பை மிகச் சிறப்பாகப் பயன்படுத்திக்கொண்டது. கோக-கோலா சிரப்பின் விற்பனையும் லாபமும் பல மடங்கு உயர்ந்துவிட்டது.

இத்தனைக்குப்பிறகும், ஜான் பெம்பர்டனுக்குத் தன்னுடைய நிறுவனத்தில் முழு நம்பிக்கை வரவில்லை. அதனால்தான், பின்வாசல் வழியாக கோக-கோலாவை வேறு யாருக்கோ விற்பனை செய்துவிட்டார்.

போதாக்குறைக்கு, முன்வாசல் வழியே இன்னொரு பிரச்னையையும் கொண்டுவந்தார் ஜான் பெம்பர்டன். அந்தப் புதிய தலைவலியின் பெயர், சார்லி பெம்பர்டன் *(Charley Pemberton)*.

ஜான் பெம்பர்டனின் ஒரே மகன் சார்லி. அப்பா எந்த அளவு புத்திசாலியோ, மகன் அதே அளவுக்கு மக்கு, சோம்பேறி, வீண் சண்டை என்றால் 'ஆஹா' என்று ஓடிவருகிற குணம், ஒரு கெட்ட பழக்கத்தை மிச்சம் வைப்பதில்லை, எங்கே வேலைக்குச் சேர்ந்தாலும், சில நாள்களுக்குமேல் நீடிப்பதில்லை. ஊர்முழுக்கக் கெட்ட பெயர்.

ஆனால் அதற்காக? சொந்த மகனை விட்டுக்கொடுக்கமுடியுமா? கோக-கோலா சாம்ராஜ்யத்தில்(?) சார்லிக்கும் ஒரு பங்கு வேண்டும் என்று விரும்பினார் ஜான் பெம்பர்டன். 'இவனுக்கும் தொழில் கத்துக்கொடுங்க' என்று தன்னுடைய சொந்த நிறுவனத்தில் அவனை இழுத்துப்போட்டார்.

சார்லி பெம்பர்டனுக்குச் சொல்லிக்கொள்ளும்படியாக எந்தத் திறமையும் இல்லாவிட்டால்கூட, 'இது எங்க அப்பன் வீட்டுச் சொத்து' என்கிற பெருமிதம்மட்டும் நிறையவே இருந்தது. ஒழுங்காக வேலை பார்த்துக்கொண்டிருந்தவர்களையெல் லாம் தொந்தரவு செய்து, 'இதை எனக்குச் சொல்லிக்கொடு, பொறுப்பையெல்லாம் என்னிடம் ஒப்படைத்துவிடு, இல்லாவிட்டால், அப்பாவிடம் சொல்லி உன்னை வெளியில் விரட்டிவிடுவேன்' என்று வம்பு வளர்க்க ஆரம்பித்தான்.

இதையெல்லாம் ஜான் பெம்பர்டனிடம் சொல்லிப் புகார் செய்தால், ஒரு பிரயோஜனமும் இருக்காது. தன் மகன் செய்யும் தவறுகள் அவரை எப்போதும் உறுத்தியதில்லை. 'வயசுப்

பையன் அப்படித்தான் இருப்பான், எல்லாம் போகப் போகச் சரியாயிடும்' என்று சாதாரணமாகச் சொல்லிவிடுவார்.

இந்தப் பிரச்னைக்கு நடுவிலும், ஃப்ராங்க் ராபின்ஸனுக்கு ஒரே ஒரு நிம்மதி - கோக-கோலா எல்லோருடைய எதிர்பார்ப்பையும் மிஞ்சிப் பலமடங்கு பிரமாதமான வெற்றியடைந்திருந்தது. நாளுக்கு நாள் கோக-கோலாவுக்கான எதிர்பார்ப்பும் தேவையும் அதிகரித்துக்கொண்டிருந்தது.

படிப்படியாக கோக-கோலாவை அமெரிக்காமுழுவதும் எல்லா மூலைமுடுக்குகளுக்கும் கொண்டு சென்றுவிடவேண்டும் என்று கணக்குப் போட்டிருந்தார் ராபின்ஸன். யார் கண்டது, ஒன்றிரண்டு வெளிநாடுகளில்கூட கோக-கோலா விற்கலாம்!

இப்படியெல்லாம் பெரிதாகக் கனவு கண்டுகொண்டிருந்தவர், ஃப்ராங்க் ராபின்ஸன் ஒருவர்தான். அவரோடு கூட்டுச் சேர்ந்திருந்த மற்றவர்கள் யாரும், இந்த உற்சாகத்தை, நம்பிக்கையைப் பகிர்ந்துகொள்வதாக இல்லை.

காரணம், எட்மண்ட் எங்கே இருக்கிறார் என்பது யாருக்கும் தெரியவில்லை. டேவிட், அலெக்ஸாண்டர் என்ற இரண்டு பங்குதாரர்கள் கிடைத்ததை எடுத்துக்கொண்டு எங்கேயோ சென்றுவிட்டார்கள், மிச்சமிருக்கும் ஜான் பெம்பர்டன், நோய்வாய்ப்பட்டுப் படுத்த படுக்கையாகக் கிடக்கிறார்.

சுருக்கமாகச் சொன்னால், ஃப்ராங்க் ராபின்ஸனைத்தவிர மற்றவர்கள் யாரும் கோக-கோலாவின் ஆரம்ப கால வளர்ச்சிக்காக ஒரு தூசு, துரும்பைக்கூட நகர்த்திவைக்கவில்லை. ஆளாளுக்குத் தங்களுடைய லாபம் என்ன என்றுதான் கணக்குப் பார்த்தார்களேதவிர, நிறுவனத்தை முன்னேற்றவேண்டும் என்று யாருக்கும் தோன்றவில்லை.

நல்லவேளையாக, ஃப்ராங்க் ராபின்ஸன் கோக-கோலாமீது கடைசிவரை நம்பிக்கை இழக்கவே இல்லை. திரைமறைவில் ஏகப்பட்ட தில்லுமுல்லு சில்மிஷங்கள் நடந்து கொண்டிருந்தபோதும், அவர் தம்முடைய கடமையில் மட்டுமே கவனமாக இருந்தார்.

அதனால்தான், ஜான் பெம்பர்டனின் துரோகம் தெரியவந்த போது, அவருக்கு அதிர்ச்சி பலமாக இருந்தது. கோக-கோலாவின் ஃபார்முலாவும், அதனைத் தயாரித்து விற்பனை செய்கிற உரிமையும், தன்னுடைய நிறுவனத்தின் பொதுச் சொத்து அல்ல, பெம்பர்டனின் தனிச்சொத்து, அவர் அதை ஏற்கெனவே வேறு சிலருக்கு விற்பனை செய்துவிட்டார் என்று தெரிந்துகொண்ட ஃப்ராங்க் ராபின்ஸன், மொத்தமாக நொறுங்கிப்போய்விட்டார்.

பழைய கறுப்பு வெள்ளை சினிமாக்களில் வருமே, அந்தமாதிரிதான் - திடுதிப்பென்று நடுத்தெருவுக்கு வந்துவிட்டார் ஃப்ராங்க் ராபின்ஸன்.

கோக-கோலாவின் தயாரிப்பு உரிமை, அதற்கான உபகரணங்கள் என்று எல்லாவற்றையும் வேறு சிலர் கொத்திக்கொண்டு போய்விட்டார்கள், ஜான் பெம்பர்டன் வந்தவரை லாபம் என்று சும்மா இருந்துவிட்டார். ஃப்ராங்க் ராபின்ஸனின் முதலீடும், இத்தனை நாள் உழைப்பும், கனவுகளும் சும்மா ஜஸ்ட் லைக் தட், தூக்கி எறியப்பட்டுவிட்டது.

இவ்வளவு காலமாக, யாரோ சிலருடைய நன்மைக்காகப் பாடுபட்டு உழைத்திருக்கிறோம் என்பதைக் கடைசியாகப் புரிந்துகொண்டுவிட்டார் ஃப்ராங்க் ராபின்ஸன். அவர்கள் எல்லோரும் தன்னை நன்றாகப் பயன்படுத்திக்கொண்டு, இப்போது கழற்றிவிட்டுவிட்டார்கள் என்று நினைக்கும்போது அவருக்கு மிகவும் வேதனையாக இருந்தது.

ஆனால் அதேசமயம், ஃப்ராங்க் ராபின்ஸனின் வருத்தமெல்லாம், பெம்பர்டன், மற்ற கூட்டாளிகள்மீதுதான். கோக-கோலாமீது அல்ல!

இப்போதும், கோக-கோலாவின் எதிர்காலம்பற்றிய கனவுகள்தான் ராபின்ஸனை முழுமையாக ஆக்கிரமித்திருந்தன - அது தனக்கு இனிமேலும் சொந்தமில்லை என்றபோதும்கூட.

கோக-கோலா ஒரு பிரமாதமான குளிர்பானம் என்பதில்

ஃப்ராங்க் ராபின்ஸனுக்கு எந்தவிதமான சந்தேகமும் இல்லை. என்றேனும் ஒரு நாள், உலகம்முழுவதும் நாடு, மொழி, இனம், வயது, கலாசார வித்தியாசம் பார்க்காமல் எல்லோரும் கோக-கோலா குடித்து மகிழப்போகிறார்கள் என்று உறுதியாக நம்பிக்கொண்டிருந்தார் அவர். அந்த ஒரு நம்பிக்கைதான், ஏகப்பட்ட பிரச்னைகளுக்கு மத்தியிலும் அவரைக் களைப்பில்லாமல் செயல்படத் தூண்டியது.

ஆனால் இப்போது, கோக-கோலா கைமாறிவிட்டது. இனிமேல் வேறு யாரோதான் கோக-கோலாவை வளர்க்கப்போகிறார்கள், அல்லது தரையில் தேய்த்து அழிக்கப்போகிறார்கள். அதையெல்லாம் ராபின்ஸன் வெறுமனே வேடிக்கைதான் பார்க்கமுடியும், வேறு எதுவும் செய்வதற்கில்லை.

ஃப்ராங்க் ராபின்ஸன் அத்தனை சுலபத்தில் கோக-கோலாவைக் கைவிடுவதாக இல்லை. ஏதேனும் செய்தாகவேண்டும் என்று தீவிரமாக யோசிக்கத் தொடங்கினார்.

கோக-கோலாவை எப்படித் தயாரிக்கவேண்டும் என்கிற ரகசிய நுட்பமும், அதனை எப்படி விளம்பரம் செய்து வளர்க்கவேண்டும் என்பதற்கான மார்க்கெட்டிங் நெளிவு சுளிவுகளும் ராபின்ஸனுக்கு நன்றாகவே தெரியும். ஆனால், அதைத் தயாரிக்கிற உரிமை இப்போது வேறு யாரிடமோ இருக்கிறது. அவர்களிடமிருந்து அந்த உரிமையைப் பெறுவது எப்படி?

மொத்தமாகக் காசு கொடுத்துக் கோக-கோலா உரிமையை வாங்குகிற அளவுக்கு ஃப்ராங்க் ராபின்ஸன் வசதிக்காரர் அல்ல. ஆகவே, ஊரில் வேறு யாருக்கேனும் இதில் ஆர்வம் இருக்குமா என்று விசாரிக்கத் தொடங்கினார்.

இதற்கு நடுவே, ஜான் பெம்பர்டன் ஒரு (இன்னொரு) குழப்படி செய்தார். கோக-கோலாவைத் தயாரிக்கும் உரிமையில் மூன்றில் ஒரு பங்கு அவரிடம் மிச்சமிருக்கிறதில்லையா? அதைப் பயன்படுத்தி, ஒரு தனி நிறுவனம் தொடங்குவதாகத் தீர்மானித்தார் பெம்பர்டன்.

அதாவது, முழுசாக இருந்த கோக-கோலாப் பணியாரத்தை, ஏற்கெனவே மூன்று துண்டுகளாக உடைத்தாகிவிட்டது. அதில் இரண்டை முன்பே விற்பனை செய்துவிட்ட ஜான் பெம்பர்டன், மிச்சமிருக்கும் ஒரு துண்டைப் பயன்படுத்தி மேலும் காசு சேர்க்கப் பார்க்கிறார்.

அவரை நம்பி, சில புதிய கூட்டாளிகளும் கிடைத்தார்கள். அவர்களுடைய காசில், 'பெம்பர்டன் மெடிசின் கம்பெனி' *(Pemberton Medicine Company)* என்ற புதிய நிறுவனத்தைத் தோற்றுவித்த ஜான் பெம்பர்டன், நாமும் கோக-கோலா தயாரித்து விற்பனை செய்வோம் என்று முழங்கினார்.

படிக்கிற நமக்கே தலைசுற்றுகிறதென்றால், அப்போதைய நிலைமை எப்படி இருந்திருக்கும் என்று யோசித்துக்கொள்ளுங்கள். ஒரே நேரத்தில் இரண்டு வெவ்வேறு நிறுவனங்கள், ஒரே ஃபார்முலாவைப் பயன்படுத்தி கோக-கோலா தயாரிக்கிறார்கள். குழப்பத்துக்குக் கேட்கவேண்டுமா?

பிளந்துபோன அரசியல் கட்சிகளைப்போல் இந்த இருவருமே நாங்கள்தான் 'நிஜ வாரிசு' என்று போட்டி போட ஆரம்பித்தார்கள். சோடா ஃபவுன்டைன் உரிமையாளர்களில் தொடங்கி, இறுதி வாடிக்கையாளர்கள்வரை எல்லோரும் யாரை நம்புவது என்று தெரியாமல் திணறிப்போனார்கள்.

கோக-கோலாவின் சரித்திரத்திலேயே மிகக் குழப்பமான காலகட்டம் இதுதான். 1887முதல் 1892வரையிலான சுமார் ஆறு வருடங்களில், கோக-கோலா பலமுறை கைமாறிவிட்டது. இவர் அவருக்கு விற்பது, அவர் இன்னும் இரண்டு பேருக்குப் பிரித்து விற்பது, அவர்கள் இருவரும் சேர்ந்து இன்னொருவருக்கு விற்பது என்று ஏகப்பட்ட குளறுபடிகள். கோக-கோலாவின் உரிமை நான்காக, எட்டாக, ஒன்பதாகப் பிரிந்து சிதறியது.

போதாக்குறைக்கு, இந்த 'விற்பனை'களில் பாதிக்குப் பாதி சந்தேக கேஸ். 'என்னுடைய அனுமதி இல்லாமலே திருட்டுக் கையெழுத்துப் போட்டு, என் கோக-கோலாவைத் திருடிவிட்டார்கள்' என்று ஆளாளுக்கு அலறிக்கொண்டிருந்தார்கள்.

வேடிக்கையான விஷயம், விரும்பியோ, விரும்பாமலோ கோக-கோலாவைக் காசு கொடுத்து வாங்கிய இவர்களில் பலருக்கு, அதை வைத்துக்கொண்டு என்ன செய்வது என்று சுத்தமாகத் தெரியவில்லை. அதுவும் ஒரு முதலீடு என்று ஒரு மூலையில் போட்டு வைக்கத்தான் விரும்பினார்கள்.

தவிர, ஜான் பெம்பர்டனின் முன்னாள் தோழர்களில் தொடங்கி, அவருடைய வீட்டுத் தெருமுனையில் பெட்டிக்கடை வைத்திருந்த குப்புசாமி, கோயிஞ்சாமிகள்வரை எல்லோரும் 'எங்களிடம் கோக-கோலா ஃபார்முலா இருக்கிறது' என்று பகிரங்கமாக அறிவித்தார்கள். வெறுமனே சொல்வதோடு நிறுத்திக்கொள்ளாமல், விதவிதமான பெயர்களில் தங்களுடைய கோலாக்களைத் தயாரித்து வெளியிடத் தொடங்கினார்கள்.

இப்படிப் பல காரணங்களால், நிஜமான கோக-கோலா உற்பத்தி, விற்பனை கடுமையாகப் பாதிக்கப்பட்டது. அதைவிட அதிகமாக, இமேஜ் கெட்டுப்போனது. 'கோக-கோலா' என்றதும், அது ஒரு தாகம் தணிக்கிற பானம் என்பது நினைவுக்கு வராமல், 'என்னய்யா எப்பப்பார் உரிமைச் சண்டை, கோர்ட், கலாட்டா' என்று மக்கள் அலுத்துக்கொள்ள ஆரம்பித்தார்கள்.

இதையெல்லாம் பார்க்கப் பார்க்க, ஃப்ராங்க் ராபின்ஸனுக்கு ரத்தக் கண்ணீர் வந்தது. தன்னுடைய கனவை இப்படி ஆளாளுக்கு இழுத்துச் சிதைக்கிறார்களே என்கிற வேதனை. எப்படியாவது கோக-கோலாவைக் காப்பாற்றிவிடமுடியாதா என்று தவித்தார் அவர்.

பல மாதங்களாக நீடித்துக்கொண்டிருந்த இந்த 'நீயா, நானா' உரிமைச் சண்டையில், கோக-கோலா கிட்டத்தட்ட அழிந்து காணாமல் போயிருக்கவேண்டியது. நல்லவேளையாக, ஃப்ராங்க் ராபின்ஸன் எதிர்பார்த்ததுபோலவே, அது ஒரு 'பக்கா' பிஸினஸ்மேன் கையில் வந்து சிக்கியது.

5. இன்னொரு மருந்துக்காரர்

அன்றைக்கு அசா காண்ட்லருக்குக் (*Asa Candler*) கடுமையான தலைவலி. வேதனை பொறுக்கமுடியாமல் துடித்துக்கொண்டிருந்தார்.

அப்போது ஒரு நண்பர், 'கோக-கோலா ட்ரை பண்ணிப் பாருங்க' என்று சிபாரிசு செய்தார், 'இதைக் குடிச்சா, எத்தனை பெரிய தலைவலியும் பட்டுன்னு பறந்து போயிடும்.'

பிஸினஸ் புள்ளியான அசா காண்ட்லர், கோக-கோலா என்கிற குளிர்பானத்தின் விளம்பரங்களைக் கவனித்ததுகூட இல்லை. ஆனால் இப்போது, எத்தைத் தின்றால் தலைவலி தணியும் என்கிற நிலைமையில் இருந்த அவர், கடைசி முயற்சியாக ஒரு கோக-கோலாவையும் வாங்கிப் பருகினார்.

விளம்பர வாசகம்போல, தலைவலி போயே போச்சு! முதன்முறையாக, கோக-கோலாவை மிகுந்த ஆர்வத்துடன் பார்த்தார் அவர்.

எந்நேரமும் பிஸினஸ் பரபரப்பில் அலைகிற அசா காண்ட்லருக்கு, அடிக்கடி தலைவலி, மன அழுத்தம் வரும். அப்போதெல்லாம் எந்த மருந்தைச் சாப்பிட்டாலும் வலியும்

வேதனையும் குறையாது. அதுவாக மனசு வந்து இறங்கிப் போனால்தான் உண்டு.

இப்படிப் பலகாலமாகக் கஷ்டப்பட்டுக்கொண்டிருந்த காண்ட்லருக்கு, கோக-கோலா தன்னுடைய தலைவலியைச் சட்டென்று குணமாக்கியது ஆச்சர்யம். இது நிஜமாகவே தலைவலியைப் போக்கும் மருந்துதானா, அல்லது காக்கை உட்காரப் பனம்பழமா என்று யோசித்துக்கொண்டிருந்தார்.

சில நாள்களுக்குப்பிறகு, அசா காண்ட்லருக்கு மறுபடி தலைவலி வந்தது. இந்தமுறை, அவர் வேறு எந்த மருந்தையும் தேடவில்லை, நேராகப் பக்கத்தில் இருக்கும் சோடா ஃபவுன்டைனுக்குச் சென்றார், ஒரு கோக-கோலா வாங்கிக் குடித்தார்.

இப்போதும், அவருடைய தலைவலி காணாமல் போய்விட்டது, மீண்டும் உடனடிப் பலன் கொடுத்துவிட்டது கோக-கோலா. அசா காண்ட்லர் அசந்துபோனார்.

அப்போது கோக-கோலாவின் விலை ஐந்து சென்ட். நம் ஊரில் ரூபாய்க்கு நூறு பைசாபோல், அமெரிக்காவில் டாலருக்கு நூறு சென்ட். இதனால், அந்த ஊர் மக்களுக்கு கோக-கோலா வெறும் ஐந்து பைசா விலையில் கிடைப்பதுமாதிரிதான்.

இத்தனை குறைவான விலையில், இப்படி ஓர் அட்டகாசமான குளிர்பானமா என்று ஆச்சர்யத்தில் மூழ்கினார் காண்ட்லர். தாகத்தையும் தணிக்கிறது, தலைவலியையும் உடனே போக்குகிறது, இந்தமாதிரி ஒரு சமாசாரம் இத்தனை நாளாக நம் கண்ணில் படாமல் போய்விட்டதே.

அசா காண்ட்லர் போன்ற பிஸினஸ் பிரபலங்களுக்கு, ஒரு பொதுவான குணம் உண்டு. அவர்கள் எதைப் பார்த்தாலும், அதில் நமக்கு ஏதேனும் லாபம் உண்டா என்றுதான் யோசிப்பார்கள். எதிலும் பிஸினஸ் வாய்ப்புகளைத் தேடும் குணம், தவறில்லை, அத்தியாவசியமான பிஸினஸ் பண்பு அது.

கோக-கோலா விஷயத்திலும், அசா காண்ட்லர் ஒரு

வாடிக்கையாளராகத் தொடங்கி, ரசிகராகி, பிறகு அதன் பிஸினஸ் வாய்ப்புகளைப்பற்றி யோசிக்க ஆரம்பித்தார். இந்த கோக-கோலாவைக் கண்டுபிடித்தது யார்? தயாரிப்பது யார்? எத்தனை வருடங்களாகச் சந்தையில் இருக்கிறது? எங்கெல்லாம் கிடைக்கிறது? என்று தீவிரமாக விசாரிக்கத் தொடங்கினார்.

இந்த விசாரணையின்போது காண்ட்லருக்குக் கிடைத்த தகவல்கள் எவையும், சொல்லிக்கொள்ளும்படியாக இல்லை. கோக-கோலாவை யார் யாரோ ஏலம் விட்டுக்கொண்டிருக்கிறார்கள், அவர்களுடைய சண்டைக்கு நடுவே, இந்தக் குளிர்பானம் சிக்கித் திணறிக்கொண்டிருக்கிறது என்பதைப் புரிந்துகொண்டார் அவர்.

இதையெல்லாம் கேட்கக் கேட்க, காண்ட்லருக்கு எரிச்சல்தான் வந்தது. என்ன நியாயம் இது? இந்தமாதிரி ஓர் அற்புதமான சமாசாரத்தைக் கையில் வைத்துக்கொண்டு, யாரேனும் வீண் சண்டை போட்டுக்கொண்டிருப்பார்களோ? சரியானபடி விளம்பரம் செய்தால், இதனை உலகம்முழுவதும் கொண்டு சென்று, மில்லியன்களில் கொழிக்கலாமே!

கிட்டத்தட்ட ஃப்ராங்க் ராபின்ஸன் மாதிரியேதான் யோசித்தார் அசா காண்ட்லர். ஆனால், இவர்கள் இருவருக்கும் இடையே ஒரு மிக முக்கியமான வித்தியாசம் - காண்ட்லரிடம் வெறும் சிந்தனைமட்டுமல்ல, கையில் கொஞ்சம் சில்லறையும் இருந்தது.

ஆகவே, எப்படியாவது கோக-கோலாவைத் தன்னுடைய கட்டுப்பாட்டில் கொண்டுவரவேண்டும் என்று முடிவு செய்தார் அசா காண்ட்லர். பிரமாதமான இந்த பிஸினஸ் வாய்ப்பை அவர் தவறவிடுவதாக இல்லை. என்ன செய்யலாம் என்று நிதானமாக யோசித்துத் திட்டமிட ஆரம்பித்தார்.

அப்போது மூலைக்கு ஒன்றாகச் சிதறிக் கிடந்த கோக-கோலாவை ஒருங்கிணைப்பது சாதாரண காரியமில்லை. கொஞ்சம் கவனமாகக் காய் நகர்த்தினால்தான் இதைச் சமாளிக்கமுடியும் என்று காண்ட்லருக்குப் புரிந்தது. பொறுமையாகத் தனது

அடுத்தடுத்த நடவடிக்கைகளைத் தீர்மானித்துக்கொண்டு, தைரியமாக வேலையில் இறங்கினார்.

சிறுவயதிலிருந்தே, காண்ட்லர் அப்படித்தான். பயம் என்றால் என்ன என்பதே தெரியாது. ஒரு விஷயம் தேவை என்று முடிவு செய்துவிட்டால், தலைகீழாக நின்று தண்ணீர் குடித்தேனும் அதைத் தனக்குச் சொந்தமாக்கிக்கொண்டுவிடுவார்.

கொஞ்சம் அசட்டு தைரியம், கூடவே அளவில்லாத தன்னம்பிக்கை - இந்த இரண்டையும் சரியான விகிதத்தில் கலந்து பயன்படுத்திக்கொண்டவர் அசா காண்ட்லர். இளமைப் பருவத்திலேயே, அவருக்குப் பணம் சேமிப்பதன் முக்கியத்துவம் தெரிந்திருந்தது. அதேசமயம், பணத்தைப் பெட்டியில் பூட்டி வைப்பதைவிட, புத்திசாலித்தனமாக முதலீடு செய்து அதை இன்னும் நன்றாகப் பெருக்கலாம் என்றும் புரிந்துகொண்டிருந்தார்.

ஆகவேதான், கோக-கோலாவைப்பற்றிக் கேள்விப்பட்டதும், இது ஏதோ உள்ளூர்க் குளிர்பானமாக மறைந்துவிடக்கூடிய சமாசாரமே இல்லை என்று அவருக்குத் தோன்றிவிட்டது. இதில் தனது நேரத்தையும் பணத்தையும் முதலீடு செய்யத் தீர்மானித்துவிட்டார்.

ஜான் பெம்பர்டனைப்போலவே, அசா காண்ட்லரும் 'மருந்துக்காரர்'தான். அவர் வேலை செய்துகொண்டிருந்த மருந்துக் கடை விற்பனைக்கு வந்தபோது, காண்ட்லரும் அவருடைய நண்பர் ஒருவரும் இணைந்து அந்தக் கடையை விலைக்கு வாங்கினார்கள், வெற்றிகரமாகத் தொடர்ந்து நடத்தினார்கள்.

இதனால், இளம் வயதிலேயே நல்ல பெயர், புகழ், கணிசமான சேமிப்பு என்று நிறைய சம்பாதித்துவிட்டார் அசா காண்ட்லர். அடுத்தபடியாக, இந்தப் பணம், அனுபவத்தையெல்லாம் நல்ல வாய்ப்புகளில் சரியானபடி முதலீடு செய்து, மேலும் அதிகப் பலன்களைப் பெறவேண்டும் என்று யோசித்துக்கொண்டிருந்தார்.

இதற்காக அவர் தேர்ந்தெடுத்த வழியும், பெம்பர்டன் போலவேதான் - புதிய மருந்துகளை உருவாக்கி வெளியிடுவது, நிறைய விளம்பரம் செய்து விற்பனையைப் பெருக்குவது.

ஜான் பெம்பர்டன் கோக-கோலா ஆராய்ச்சி செய்துகொண்டிருந்த அதே நேரத்தில்தான், அசா காண்ட்லரும் தன்னுடைய விசேஷ மருந்துகளைத் தயாரித்து வெளியிட்டார். இதுதவிர, மற்ற கண்டுபிடிப்பாளர்களின் மருந்துகளையும் வாங்கி விற்பனை செய்துகொண்டிருந்தார்.

அசா காண்ட்லர் பிரமாதமான ஆராய்ச்சியாளர் கிடையாது. ஆனால், ஒரு பொருளை எப்படி விற்கவேண்டும் என்று அவருக்கு நன்றாகவே தெரிந்திருந்தது. கவர்ச்சியான விளம்பர வாசகங்கள், மார்க்கெட்டிங் உத்திகள், தள்ளுபடி நுணுக்கங்கள் என்று சகலத்தையும் பயன்படுத்தி, தன்னுடைய மருந்துகளை நன்கு விற்பனை செய்து லாபம் சம்பாதித்துக்கொண்டிருந்தார்.

இத்தனைக்கும், கோக-கோலாவுடன் ஒப்பிடுகையில், அசா காண்ட்லரின் மருந்துகள் கால் தூசுகூடப் பெறாது. அவற்றையே பிரமாதமாக விற்று வெற்றியடைந்த அவருக்கு, கோக-கோலாபோல் ஒரு மந்திர ஃபார்முலா கிடைத்துவிட்டால், எங்கேயோ போய்விடலாம் என்பது நிச்சயமாகப் புரிந்திருந்தது.

அசா காண்ட்லருக்கு கோக-கோலாமீது ஆர்வம் பிறந்தது இதனால்தான். கோக-கோலாவின் விநியோக, விளம்பர உரிமையை வாங்கி, அதன்மூலம் கொஞ்சம் பைசா பார்க்கலாம் என்கிற எண்ணத்துடன் விசாரணையில் இறங்கியவருக்கு, ஒரு தங்கப் புதையலே கிடைத்துவிட்டது.

கோக-கோலாவின் தற்போதைய நிர்வாகம் சரியில்லை என்று தெரிந்ததும், அசா காண்ட்லருக்கு ஒருபக்கம் வருத்தம், இன்னொருபக்கம் சந்தோஷம். இந்த அசட்டுச் சண்டைக்காரர்களால், நிச்சயமாகக் கோக-கோலாவை அதற்குரிய இடத்துக்குக் கொண்டுசெல்லமுடியாது. எப்படியாவது இவர்களிடமிருந்து கோக-கோலாவை வாங்கியாகவேண்டும் என்று தீர்மானித்துவிட்டார் அவர்.

ஃப்ராங்க் ராபின்ஸனுக்கும், கிட்டத்தட்ட இதேமாதிரியான நோக்கம்தான். ஆகவே, இவர்கள் இருவரும் இயல்பாகக் கூட்டணி சேர்ந்துவிட்டார்கள்.

கோக-கோலாவின் ஃபார்முலா ஃப்ராங்க் ராபின்ஸனிடம் இருக்கிறது. ஆனால், அதைத் தயாரிக்கும் உரிமை மற்றவர்களிடம் இருக்கிறது. ஆகவே, சட்டப்படி ராபின்ஸனோ, காண்ட்லரோ அதனைப் பயன்படுத்தமுடியாது.

ஆகவே, இந்தச் சிக்கலின் ஆரம்பப் புள்ளியை நோக்கிப் பயணம் செய்தார் அசா காண்ட்லர். அங்கிருந்து மிகக் கவனமாகத் தன்னுடைய வேலைகளைத் தொடங்கினார்.

கோக-கோலாவைக் கண்டுபிடித்த ஜான் பெம்பர்டன், அவருடைய மகன் சார்லி பெம்பர்டன் இருவரிடமும், அதைத் தயாரிக்கிற உரிமையில் மூன்றில் ஒரு பங்கு இருக்கிறது. அதை முதலில் விலைக்கு வாங்கியாகவேண்டும். இல்லாவிட்டால், வயசான காலத்தில் ஜான் பெம்பர்டன் அதை இன்னும் எத்தனை பேருக்கு விற்றுக் குழப்பம் பண்ணுவாரோ, கடவுளுக்குத்தான் வெளிச்சம்.

ஜான் பெம்பர்டனிடமிருந்து ஃபார்முலாவை வாங்குவது அப்படியொன்றும் கஷ்டமில்லை. காரணம், ஏற்கெனவே ஒன்றுக்கு இரண்டு முறை தன்னுடைய ஃபார்முலாவைத் தாரை வார்த்துக் கொடுத்திருக்கிறார் மனிதர். அவர் முன்னால் அசா காண்ட்லர் தன்னுடைய பர்ஸை லேசாகத் திறந்து காட்டினாலே போதும், வேலை கச்சிதமாக முடிந்துவிடும்.

சார்லி பெம்பர்டன் விஷயம் இன்னும் வசதி. அரை பாட்டில் விஸ்கியோ, பிராந்தியோ, பட்டைச் சாராயமோ வாங்கிக் கொடுத்துவிட்டால், எங்கே வேண்டுமானாலும் கையெழுத்துப் போடுவார்.

அடுத்தபடியாக, கோக-கோலாவின் தயாரிப்பு உரிமையில் மூன்றில் இரண்டு பங்கு பலரிடம் பிரிந்து கிடக்கிறது. இவர்கள் ஒவ்வொருவரையும் தனித்தனியே சந்தித்து, பண விஷயம்

பேசிச் சம்மதிக்கச் செய்யவேண்டும். மூன்றாம் மனிதருக்குத் தெரியாதபடி, எல்லோருடைய உரிமைகளையும் விலைக்கு வாங்கவேண்டும்.

ஒரு விஷயத்தில் அசா காண்ட்லர் தெளிவாக இருந்தார் - கோக-கோலாவின் முழு உரிமையும் அவரிடம்தான் இருக்கவேண்டும். இங்கே கொஞ்சம், அங்கே கொஞ்சம் என்று கொத்து பரோட்டாவில் ஒரு துண்டைமட்டும் ஏற்றுக்கொள்ள அவர் தயாராக இல்லை.

இதற்காக, கோக-கோலாவில் காலே அரைக்கால் பங்கு வைத்திருக்கிறவர்களிடம்கூட நேரடியாக பேரம் பேசினார் அசா காண்ட்லர். 'கோக-கோலாவை வைத்துக்கொண்டு உங்களால் வெறுமனே பராக்குப் பார்க்கதான் முடியும், அதை எப்படி முன்னேற்றுவது என்பது உங்களுக்குத் தெரியாது, பேசாமல் இருக்கிற பங்கை என்னிடம் விற்றுவிடுங்கள், நல்ல விலை போட்டுக் கொடுக்கிறேன்.'

அப்போது கோக-கோலாவுடன் சம்பந்தப்பட்ட எல்லோரும், 'இது என்ன புதுக் குழப்பம்? யார் இந்த ஆள்?' என்றுதான் அசா காண்ட்லரை விநோதமாகப் பார்த்தார்கள். பிறகு, நம்மை ஏமாற்றப் பார்க்கிறாரோ என்று சந்தேகப்பட்டார்கள்.

அவர்களுடைய ஒவ்வொரு கேள்விக்கும், காண்ட்லர் தெளிவான பதில்களை வைத்திருந்தார். கோக-கோலாவைத் தன்னிடம் விற்றுவிடுவதுதான் அவர்களுக்கு லாபம் என்று கச்சிதமாகப் படம் போட்டு விளக்கிச் சொன்னார்.

இதனால், ஆரம்பத்தில் கொஞ்சம் முரண்டு பிடித்தவர்களும் கொஞ்சம் கொஞ்சமாக வழிக்கு வந்துவிட்டார்கள். பழைய, புதிய புள்ளிகள் எல்லோரையும் தன்னுடைய திட்டத்துக்குச் சம்மதிக்கச் செய்துவிட்டார் அசா காண்ட்லர்.

அடுத்த சில வாரங்களில், கோக-கோலா பங்குதாரர்கள் அனைவரும் (தனித்தனியே) அசா காண்ட்லருக்குத் தங்களுடைய கோக-கோலா உரிமையை விற்பனை செய்வதாக

ஒப்புக்கொண்டு கையெழுத்துப் போட்டுவிட்டார்கள். 1888-89 ஆண்டுகளில், கோக-கோலா நிறுவனம் முழுக்க முழுக்க அசா காண்ட்லரின் கட்டுப்பாட்டில் வந்துவிட்டது.

அதன்பிறகும், ஆங்காங்கே சில சலசலப்புகள் தலைகாட்டிக் கொண்டுதான் இருந்தன. கையெழுத்து மோசடி, ஃபார்முலா திருட்டு, அத்துமீறல், உரிமை மீறல் என்று ஆளாளுக்கு அசா காண்ட்லரைச் சாய்க்கப் பார்த்தார்கள்.

அவர் எந்தக் கட்டத்திலும் அசரவே இல்லை. பணத்தை தாராளமாக முதலீடு செய்தார், பல பிஸினஸ் தந்திரங்களைப் பயன்படுத்தி, கோக-கோலாவில் மற்றவர்களின் தலையீட்டைக் கொஞ்சம்கொஞ்சமாகக் குறைக்கும் வழிகளில் இறங்கினார்.

மற்றவர்களையாவது வெளியே துரத்திவிடலாம், இந்த ஜான் பெம்பர்டனை என்ன செய்வது?

பெம்பர்டன் என்னதான் அசா காண்ட்லரிடம் கைநீட்டிக் காசு வாங்கியிருந்தாலும், கோக-கோலாவைக் கண்டுபிடித்தவர் என்கிற அவருடைய உரிமையை யாராலும் எதுவும் செய்யமுடியாது. ஆகவே, அவரைச் சகித்துக்கொண்டுதான் தீரவேண்டும். வேறு வழியே இல்லை.

அதுகூடப் பரவாயில்லை. ஜான் பெம்பர்டனின் மகன் சார்லி செய்கிற அட்டகாசங்கள்தான் பொறுக்கமுடியாதவையாக இருந்தன. தன்னுடைய தந்தையின் ஃபார்முலாவைப் பயன்படுத்தி, வேறு பெயரில் கோலா பானங்கள் தயாரிக்கத் தொடங்கியிருந்தார் சார்லி பெம்பர்டன்.

இந்தப் பானங்களில், கோக-கோலாவைப்போலவே சுவை. ஆனால், அதைவிடக் குறைந்த விலை. ஆகவே, சிக்கனம் பார்க்கும் மக்கள் அவற்றை வாங்கிப் பருக ஆரம்பித்தார்கள். நிஜமான கோக-கோலாவின் விற்பனை கடுமையாகப் பாதிக்கப்பட்டது.

சார்லி பெம்பர்டனின் வம்படியை எப்படிச் சமாளிப்பது என்று அசா காண்ட்லருக்கே புரியவில்லை. அவர்மீது

வழக்குப் போடலாமா? அவர் கோக-கோலா ஃபார்முலாவைத் திருட்டுத்தனமாகப் பயன்படுத்துகிறார் என்று நீதிமன்றத்தில் எப்படி நிரூபிப்பது? என் மகனை அசிங்கப்படுத்துகிறாயா என்று பெரியவர் ஜான் பெம்பர்டன் கோபித்துக்கொண்டுவிட்டால் என்ன ஆகும்?

காண்ட்லர் இப்படிக் குழம்பிக்கொண்டிருந்த நேரத்தில், ஃப்ராங்க் ராபின்ஸன் வேறொரு முக்கியமான பொறுப்பை ஏற்றுக்கொண்டிருந்தார். துண்டு துண்டாகச் சிதறிக் கிடந்த கோக-கோலா, இப்போது அசா காண்ட்லர் நிறுவனத்தின்கீழ் முறைப்படி இயங்கத் தொடங்கியிருந்தது. முழு வேகத்தில் கோக-கோலா சிரப் தயாரிப்பு, விளம்பரங்களை முடுக்கிவிட்டுக் கண்காணித்துக்கொண்டிருந்தார் ராபின்ஸன்.

ஃப்ராங்க் ராபின்ஸனுக்கு இது ஒரு மறுபிறவியேதான். இனிமேல் கோக-கோலாவுக்கும் உனக்கும் எந்தச் சம்பந்தமும் இல்லை என்று வெளியே அனுப்பப்பட்டவர் அவர். இப்போது அதே குளிர்பானத்தை மீண்டும் உயிர்ப்பிக்கிற பொறுப்பு அவரைத் தேடி வந்திருக்கிறது.

இதற்காகவே காத்திருந்த ஃப்ராங்க் ராபின்ஸன், ஆசையோடு அந்தப் பொறுப்புகளை ஏற்றுக்கொண்டார். தன்னுடைய பழைய 'கோக-கோலா கூட்டாளி'களைவிட, அசா காண்ட்லருக்கு பிஸினஸ் ஞானமும் அதிகம், நிறைய முதலீடு செய்வதற்கான வசதி, தைரியமும் அதிகம் என்று சீக்கிரத்திலேயே புரிந்துகொண்டுவிட்டார் அவர்.

இதனால், கோக-கோலாவுக்கு நல்ல எதிர்காலம் உண்டு என்கிற நம்பிக்கை ராபின்ஸனுக்கு அதிகரித்திருந்தது. முன்பைவிடக் கூடுதல் உற்சாகத்துடன் உழைக்கத் தொடங்கியிருந்தார்.

கிட்டத்தட்ட இதே நேரத்தில், அட்லாண்டாவின் வேறொரு மூலையில், ஃப்ராங்க் ராபின்ஸனின் முன்னாள் பிஸினஸ் பங்குதாரர், கோக-கோலாவை உருவாக்கிய ஜான் பெம்பர்டன் மரணப் படுக்கையில் விழுந்திருந்தார்.

ஜான் பெம்பர்டனுக்கு பிஸினஸ் புத்திசாலித்தனம் போதாது என்பது எல்லோருக்கும் தெரிந்த விஷயம். அவருடைய மார்ஃபின் போதைப் பழக்கம், முரண்பாடான பேச்சுகள், செயல்பாடுகள் போன்றவற்றால், பலரும் அவரிடமிருந்து விலகிச் சென்றிருந்தார்கள்.

ஆனால், ஜான் பெம்பர்டன் யாரைப்பற்றியும், எப்போதும் கவலைப்படவில்லை. அவருக்குத் தனிமை பிடித்திருந்தது. தான் உண்டு, தன்னுடைய ஆராய்ச்சி சாலை உண்டு என்று எந்நேரமும் அங்கேயேதான் பழியாகக் கிடந்தார்.

கோக-கோலா என்கிற வெற்றிகரமான ஃபார்முலாவை உருவாக்கியபிறகும், பெம்பர்டன் சும்மா உட்கார்ந்து ஓய்வு எடுக்கவில்லை. இன்னும் சிறப்பாக வேறெதையாவது கண்டுபிடித்தாகவேண்டும் என்று தொடர்ச்சியான ஆய்வுகளில் ஈடுபட்டிருந்தார்.

இதற்கு இன்னொரு காரணமும் உண்டு. கோக-கோலாவின் கண்டுபிடிப்பாளர் என்று சரித்திரத்தில் இடம் பிடித்துவிட்ட ஜான் பெம்பர்டன், அதன்மூலம் பெரிதாக எதையும் சம்பாதித்துவிடவில்லை. இரண்டு முறை தன்னுடைய ஃபார்முலாவை விற்றும்கூட, எல்லாம் பழைய கடன்களைத் தீர்க்கவும், மார்ஃபின் வாங்கவும்தான் போதுமானதாக இருந்தது. அவரிடம் நயா பைசா மிஞ்சவில்லை.

தவிர, கோக-கோலா அறிமுகமானபிறகு, வெறும் இரண்டு வருடங்கள்தான் பெம்பர்டன் உயிரோடு இருந்தார். அதற்குள், தன்னாலான குழப்பங்களையெல்லாம் செய்துவிட்டார். கடைசியில் அவருக்குக் கிடைத்தது கெட்ட பெயர்மட்டும்தான்.

ஆகவே, இந்த கோக-கோலா இல்லாவிட்டால் இன்னொன்று என முடிவு கட்டிய பெம்பர்டன், எப்படியாவது வேறொரு மந்திர மருந்தைக் கண்டுபிடித்துவிடவேண்டும் என்று முயற்சி செய்தார். ஆனால், வயது ஒத்துழைக்கவில்லை.

1888ம் ஆண்டு ஆகஸ்ட் 16ம் தேதி, ஜான் பெம்பர்டன்

மரணமடைந்தார். அவர் உருவாக்கிய குளிர்பானத்தின் உலகப் பிரபலத்தைப் பார்க்க அவருக்குக் கொடுத்துவைக்கவில்லை.

ஜான் பெம்பர்டன் மட்டுமில்லை. அவருடைய குடும்பத்தினர் யாரையும் கோக-கோலா காப்பாற்றவில்லை.

சார்லி பெம்பர்டன், அசா காண்ட்லருக்கு ஏகப்பட்ட தொல்லைகளைக் கொடுத்தார். ஆனால், அவரால் எப்போதும் நிஜ கோக-கோலாவுக்குக் கடும் போட்டி அளிக்கமுடியவில்லை. வெற்றிகரமான ஒரு தொழிலதிபராக ஜெயிக்க முடியாமலேயே, அவரும் இறந்துபோனார்.

இவர்களாவது பரவாயில்லை, ஜான் பெம்பர்டனின் மனைவி, சார்லியின் தாய் க்ளிஃபோர்ட் பெம்பர்டனின் *(Anna Eliza Clifford Pemberton)* கதைதான் ரொம்பப் பரிதாபம்.

கோக-கோலாவைக் கண்டுபிடித்த ஜான் பெம்பர்டன், அதைக் கொத்து பரோட்டா போட்டு ஊரெல்லாம் ஏலம் விடாமல் சமர்த்தாக இருந்திருந்தால், அவருடைய மரணத்துக்குப்பிறகு அதன் ஃபார்முலா, தயாரிப்பு உரிமை இரண்டுமே அவரது மனைவி க்ளிஃபோர்டுக்குக் கிடைத்திருக்கும். பின்னாள்களில் கோக-கோலா மகா வெற்றியடைந்து உலகமெல்லாம் பரவியபோது, பெம்பர்டனின் வாரிசுகள் பல தலைமுறைகளுக்கு உட்கார்ந்து சாப்பிடுகிற அளவுக்குப் பணம் குவிந்திருக்கும்.

என்ன செய்வது? க்ளிஃபோர்டுக்கு அதிர்ஷ்டம் போதவில்லை. ஜான் பெம்பர்டன் கோக-கோலாவை யார் யாருக்கோ அள்ளிக் கொடுத்துவிட்டுப் போய்ச் சேர்ந்தார். அவருடைய மரணத்துக்குப்பிறகு, மிச்சமிருந்த கொஞ்ச நஞ்ச உரிமையையும் அசா காண்ட்லர் எடுத்துக்கொண்டுவிட்டார்.

கடைசியில், பெம்பர்டன் குடும்பம் நடுத்தெருவில் நின்றது. கணவர் ஜான், மகன் சார்லி ஆகியோரின் மரணத்தைத் தொடர்ந்து, க்ளிஃபோர்ட் பெம்பர்டன் அடிப்படைச் செலவுகளுக்குக்கூடப் பணம் இல்லாமல் வறுமையில் வாடினார். தினசரிச் சாப்பாடு, மருத்துவச் செலவுகள்

என ஒவ்வொன்றுக்கும் அவர் மற்றவர்களை நம்பித்தான் வாழவேண்டியிருந்தது.

இதே காலகட்டத்தில், கோக-கோலாவை வைத்து, அசா காண்ட்லர் பிரமாதமாகச் சம்பாதித்துக்கொண்டிருந்தார். சட்டப்படி இல்லாவிட்டாலும், தர்மப்படி ஜான் பெம்பர்டனின் மனைவிக்கு காண்ட்லர் ஏதேனும் உதவிகள் செய்திருக்கலாம்.

க்ளிஃபோர்ட் பெம்பர்டனும் அதைத்தான் எதிர்பார்த்தாரோ என்னவோ. ஆனால், கடைசிவரை அவராக எதுவும் கேட்கவில்லை. அசா காண்ட்லரும் பர்ஸைத் திறக்கவில்லை. கோக-கோலாவைக் கண்டுபிடித்தவரின் மனைவி, பல வருடங்கள் பரம ஏழையாகவே வாழ்ந்து, இறந்துபோனார்!

6. பாட்டில் பூதம்

ஒருவர் ஒரே நேரத்தில் அதிபுத்திசாலியாகவும், அடிமுட்டாளாகவும் இருக்க முடியுமோ?

பத்தொன்பதாம் நூற்றாண்டின் தொழில்துறைச் சரித்திரம், அசா காண்ட்லரை அப்படித்தான் நினைவில் வைத்திருக்கிறது. அவருடைய கோக-கோலா வளர்ச்சி சாதனைகளைப்பற்றிக் கேள்விப்பட்டு, 'ஆஹா பிரமாதம்' என்று ஆச்சர்யப்படுகிறவர்கள்கூட, ஒரு குறிப்பிட்ட பிஸினஸ் முடிவுக்காக அவரைப் பார்த்து முகம் சுளிக்கிறார்கள்.

அப்படி என்னதான் தவறு செய்துவிட்டார் அசா காண்ட்லர்?

ஒரு டாலர், ஒரே ஒரு டாலர் தொகைமட்டும் வாங்கிக்கொண்டு, கோக-கோலாவை பாட்டிலில் அடைத்து விற்பனை செய்கிற உரிமையை விட்டுக்கொடுத்துவிட்டார் காண்ட்லர். அடுத்த சில ஆண்டுகளுக்குள், அது எத்தனை பெரிய முட்டாள்தனம் என்பதை அவரே புரிந்துகொண்டார்.

ஆரம்ப காலத்தில், கோக-கோலா குடிக்க விரும்புகிறவர்களுக்கு இரண்டே வழிகள்தான் இருந்தன. ஒன்று, மருந்துக் கடைகளுக்குச் செல்லவேண்டும். இல்லையென்றால், பக்கத்தில் இருக்கிற சோடா ஃபவுன்டைனைத் தேடி ஓடவேண்டும்.

இவற்றில் மருந்துக் கடை கோக-கோலா என்பது பெரிய தலைவலி. வேண்டிய அளவு கோக-கோலா சிரப்பை பாட்டிலில் வாங்கி வைத்துக்கொள்ளவேண்டும். அதன்பிறகு, அவ்வப்போது அதில் நாமே சோடா ஏற்றிய தண்ணீரைச் சரியான அளவில் கலந்து, குடிக்கவேண்டும். அதற்குள், குளிர்பானம் அருந்துகிற ஆசையே போய்விடும்.

இதோடு ஒப்பிடுகையில், சோடா ஃபவுன்டைனில் கோக-கோலா குடிப்பது மிகவும் சவுகர்யம். ஆனால், ராத்திரி பகல் எந்நேரமும் தாகம் எடுக்கலாம், அப்போதைக்குப் பக்கத்தில் ஒரு சோடா ஃபவுன்டைன் திறந்திருக்கும் என்பது என்ன நிச்சயம்?

இன்னொரு விஷயம், வீட்டுக்கு திடீரென்று சில விருந்தாளிகள் வருகிறார்கள். அல்லது நம் கடைக்கு, அலுவலகத்துக்குச் சில முக்கியமான வாடிக்கையாளர்கள் விஜயம் செய்கிறார்கள். அவர்களுக்கு மரியாதையாக கோக-கோலா கொடுத்து உபசரிக்க விரும்புகிறோம். அதற்காக, நாம் அவர்கள் எல்லோரையும் அழைத்துக்கொண்டு சோடா ஃபவுன்டைனுக்கு ஓடமுடியுமா?

அன்றைய அமெரிக்காவில், பலருக்கு இந்தப் பிரச்னை இருந்தது. அசா காண்ட்லர் மற்றும் ஃப்ராங்க் ராபின்ஸனின் தீவிர முயற்சிகளால், நாடுமுழுவதும் கோக-கோலா கிடைக்கத் தொடங்கியிருந்தது. ஆனால், அது மக்களுடைய கைக்கெட்டும் தூரத்தில் இல்லாமல், சற்றுத் தள்ளியிருந்தது.

இது ஒரு பெரிய பிரச்னையே இல்லை என்றுதான் அசா காண்ட்லர் நினைத்தார். கோக-கோலாவின் சுவையை விரும்பும் ரசிகர்கள், அது எத்தனை தொலைவில் இருந்தாலும் தேடி வருவார்கள், இதற்காகச் சிறிது தூரம் நடந்து செல்வதை அவர்கள் பெரிய சிரமமாக நினைக்கமாட்டார்கள் என்று உறுதியாக நம்பினார் அவர்.

பிரச்னை என்னவென்றால், அமெரிக்க ஜனங்களுக்கு கோக-கோலா மிகவும் பிடித்துப்போயிருந்தது. இதனால், தினமும் ஒரு

கோக-கோலா குடித்தவர்கள், இரண்டு, நான்கு, எட்டு என்று அந்த எண்ணிக்கையைப் படிப்படியாக அதிகப்படுத்திக்கொள்ள விரும்பினார்கள்.

அப்படியானால், இவர்கள் எல்லோரும் தினசரி ஏழெட்டு முறையாவது சோடா ஃபவுன்டைன்களுக்கு க்ஷேத்ராடானம் செய்யவேண்டியிருக்கும். இப்படி நாள்முழுக்க கோக-கோலாவைத் தேடி நடந்துகொண்டிருந்தால், இருக்கிற வேலை கெட்டுப்போகாதா?

அமெரிக்கர்களுக்கு கோக-கோலாவும் வேண்டும், அதற்காக அவர்களுடைய வேலையும் பாதிக்கப்படக்கூடாது - இந்த நுணுக்கமான தேவையை கோக-கோலா நிறுவனம் கவனிக்கத் தவறிவிட்டது.

இதனால், காண்ட்லரும் ராபின்ஸனும் முழுக்க முழுக்க கோக-கோலாவைச் சந்தைப்படுத்துகிற மார்க்கெட்டிங் மாயாஜாலத்தில்தான் தீவிர கவனம் செலுத்திக்கொண்டிருந்தார்கள். இதற்காகப் பல கோக-கோலா விற்பனைப் பிரதிநிதிகள் வேலைக்குச் சேர்க்கப்பட்டார்கள்.

இவர்களுடைய வேலை, அட்லாண்டாவில் தொடங்கி, அமெரிக்காமுழுவதும் சுற்றிவருவது. ஒவ்வொரு நகரத்திலும் இருக்கிற சோடா ஃபவுன்டைன் உரிமையாளர்களை அடிக்கடி சந்தித்துப் பேசுவது, அந்த ஊரில் கோக-கோலா விற்பனையை மேலும் அதிகப்படுத்துவதற்கு என்ன செய்யலாம் என்று யோசிப்பது.

தன்னுடைய விற்பனைப் பிரதிநிதிகள் எல்லோரிடமும், காண்ட்லர் ஒரு விஷயத்தைத் தெளிவாகச் சொல்லியிருந்தார் - அமெரிக்க மக்களுக்கு, தாகம் எடுத்ததும் கோக-கோலாவின் நினைவுதான் வரவேண்டும், உடனடியாக அவர்கள் பக்கத்திலிருக்கிற சோடா ஃபவுன்டைனுக்கு ஓடி வந்து, ‘ஒரு கோக-கோலா கொடுங்கள்’ என்றுதான் கேட்கவேண்டும். இது உங்களுடைய பொறுப்பு.

அப்படி யாருக்கேனும் கோக-கோலாவின் ஞாபகம் வராவிட்டால் அவர்கள் என்ன செய்வார்கள்? சோடா ஃபவுன்டைன்காரர்களிடம், 'தாகமாக இருக்கிறது, ஏதாவது கொடுங்கள்' என்று பொதுவாகக் கேட்பார்கள். அப்படிக் கேட்கிறவர்களுக்கு, அவர்கள் உடனே கோக-கோலாவைத்தான் எடுத்துத் தரவேண்டும், இதற்கும் நீங்கள்தான் பொறுப்பு.

கோக-கோலாவின் ஆரம்ப கால விற்பனைப் பிரதிநிதிகள், இந்த வேலையைக் கச்சிதமாகச் செய்தார்கள். சோடா ஃபவுன்டைன்கள் ஒவ்வொன்றிலும், கோக-கோலாவின் சின்னம்தான் பிரதானமாகத் தெரிந்தது. நகரம், கிராமம், குக்கிராமம் என்று வித்தியாசமே பார்க்காமல், எல்லாச் சுவர்களிலும் கோக-கோலா விளம்பரங்களை நிரப்பிவைத்தார்கள்.

அசா காண்ட்லர், ஃப்ராங்க் ராபின்ஸன் இருவருமே, ஒரு பொருளை எப்படி விளம்பரம் செய்யவேண்டும் என்பதை நன்கு புரிந்துகொண்டிருந்த கில்லாடிகள். அந்தத் திறமை முழுவதையும் அவர்கள் கோக-கோலாவின் விளம்பரங்களில் காண்பித்தார்கள்.

இதனால், ஆரம்ப கால கோக-கோலா விளம்பரங்கள் ஒவ்வொன்றும், வெறும் விற்பனை வாசகங்களாக நின்றுவிடாமல், கலைப் படைப்புகள்போல் மிளிர்ந்தன. அழகிய ஓவியங்கள், கவர்ந்திழுக்கும் வடிவமைப்பு என ஒவ்வொன்றும் கச்சிதமாக அமைந்திருந்தது.

மற்ற விளம்பரங்களுக்கும் இவற்றுக்கும் தெரிந்த 'பளிச்' வித்தியாசத்தால், மக்கள் அவற்றை நின்று கவனித்தார்கள், 'இதில் ஏதோ விசேஷம் இருக்கும்போல' என்கிற எண்ணம் அவர்களிடம் உடனடியாக ஏற்பட்டது.

தவிர, கோக-கோலாவின் விலை மிகக் குறைவு. 'வெறும் ஐந்து சென்ட்தானே, ஒருமுறை இந்தப் புது பானத்தை முயற்சி செய்துதான் பார்ப்போமே' என்று ஏராளமான புதிய வாடிக்கையாளர்கள் அவர்களைத் தேடி வந்தார்கள்.

இதனால், அசா காண்ட்லர் கோக-கோலாவின் விற்பனை உரிமையை ஏற்றுக்கொண்டபிறகு, ஒவ்வொரு வருடமும் அதன் விற்பனை கணிசமான அளவு அதிகரித்துக்கொண்டிருந்தது. அமெரிக்காமுழுவதும், கோக-கோலா பிரியர்களின் மிகப் பெரிய ரசிகர் வட்டம் உருவாக ஆரம்பித்திருந்தது.

கோக-கோலாவின் விற்பனைப் புள்ளிவிவரங்களைப் பார்க்கப் பார்க்க, அசா காண்ட்லருக்கு உற்சாகம் தாங்கவில்லை. தம்முடைய மற்ற தொழில்கள் அனைத்தையும் ஓரங்கட்டிவிட்டு முழு நேரமும் கோக-கோலா உற்பத்தி, மார்க்கெட்டிங், விற்பனை விவகாரங்களைக் கவனிக்கத் தொடங்கிவிட்டார்.

அமெரிக்காமுழுவதும் சுற்றிவந்த கோக-கோலா விற்பனைப் பிரதிநிதிகள், பல முக்கியமான தகவல்களைத் திரட்டிக் கொண்டுவந்தார்கள். அவர்களுடைய கருத்துகளின் அடிப்படையில், கோக-கோலா தனது விளம்பர உத்திகளில் பல்வேறு மாற்றங்களைக் கொண்டுவந்தது.

உதாரணமாக, கோக-கோலா ஒரு மருந்துப் பொருளா, அல்லது வெறும் குளிர்பானமா என்கிற குழப்பம் பலருக்கு இருந்தது. சில விளம்பரங்கள், ‘தலைவலி வந்தால் கோக-கோலா குடியுங்கள்’ என்கின்றன, மற்ற விளம்பரங்களில், ‘தாகம் எடுத்தால் கோக-கோலா குடியுங்கள்’ என்கிறார்கள். இந்த இரண்டில் எது உண்மை?

இவை இரண்டுமே உண்மையாக இருக்கக்கூடும் என்று அமெரிக்கர்களால் ஏற்றுக்கொள்ளமுடியவில்லை. நாம் பாட்டுக்கு கோக-கோலா குடிக்கப்போய், மற்றவர்கள் நம்மைச் சீக்காளிகளாக நினைத்துவிடுவார்களோ என்று தயங்கினார்கள்.

இதுபற்றி மிகத் தீவிரமாக யோசித்தார் காண்ட்லர். அமெரிக்கர்களில் நூற்றுக்குப் பத்து பேர் கோக-கோலாவைத் தலைவலி மருந்தாகப் பயன்படுத்துகிறார்கள், மற்ற தொண்ணூறு பேர், தாகம் தணிக்கும் பானமாக அதைக் கருதுகிறார்கள். இந்தப் பத்துப் பேருக்காக, அந்தத் தொண்ணூறு பேரை இழப்பது புத்திசாலித்தனமில்லை.

ஆகவே, இனிமேல் கோக-கோலாவின் மருத்துவ குணங்களைப்பற்றி யாரும் பேசக்கூடாது என்று அறிவித்தார் காண்ட்லர். இந்த விநாடியிலிருந்து, அது ஒரு தாகம் தீர்க்கும் குளிர்பானம், அவ்வளவுதான். அதற்குமேல் வாயைத் திறக்காதீர்கள்.

கோக-கோலா சரித்திரத்தில் ஒரு மிகப் பெரிய திருப்புமுனை இது. 'கோக-கோலா ஒரு மருந்து டானிக்' என்கிற கருத்து, பல மக்கள் மனத்தில் அழுந்தப் பதிந்திருந்தது. அந்த எண்ணத்தை மாற்றும்வகையில், அது ஒரு ஜாலி பானம் என்கிற பிம்பத்தைத் திட்டமிட்டு உருவாக்கத் தொடங்கினார் அசா காண்ட்லர்.

அடுத்து வந்த அனைத்து கோக-கோலா விளம்பரங்களும், இந்தக் கருத்தை மறைமுகமாக வலியுறுத்தின. நண்பர்களோடு, குடும்பத்தாரோடு உற்சாகமாக கோக-கோலா பருகும் மக்களின் ஓவியங்கள் திரும்பத் திரும்பப் பயன்படுத்தப்பட்டன. அவர்களுடைய முகத்தில் தெரிந்த சந்தோஷம், கோக-கோலாவின் மருந்து வாடையை விரட்டியடித்தது.

அசா காண்ட்லரின் திட்டம் கச்சிதமாக வேலை செய்தது. எந்த மனச் சங்கடமோ, குழப்பமோ இல்லாமல் எல்லாத் தரப்பு மக்களும் கோக-கோலா பருகத் தொடங்கினார்கள். அதன் விற்பனை இன்னும் பல மடங்கு அதிகரித்தது.

இதனால், அமெரிக்காவின் பல நகரங்களில் கோக-கோலா கிளை அலுவலகங்கள் திறக்கப்பட்டன. அந்தந்தப் பகுதிகளைச் சேர்ந்த விற்பனைப் பிரதிநிதிகள் மேலும் அதிக கவனத்துடன் விற்பனையை உயர்த்தப் பாடுபட்டார்கள்.

கோக-கோலா போன்ற குளிர்பானங்களெல்லாம், பெரும்பாலும் கோடை காலத்தில்தான் நன்றாக விற்பனையாகும். குளிர் காலத்தில் யாருக்கு தாகம் எடுக்கப்போகிறது என்கிற எண்ணத்தில், பெரும்பாலான சோடா ஃபவுன்டைன்கள் இழுத்து மூடப்பட்டுவிடுவது வழக்கம்.

இங்கேயும் கோக-கோலா தனித்து நின்றது. கோடை காலம்

கடந்தபிறகும், மக்கள் கோக-கோலாவைத் தேடி வாங்கிப் பருகினார்கள். குளிர் காலத்திலும் கோக-கோலாவின் மவுசு குறையவே இல்லை.

இதைத் தொடர்ந்து, ‘எந்தச் சூழ்நிலையிலும் பருகத் தகுந்த பானம்’ என்று கோக-கோலாவுக்கான விளம்பரங்கள் அறிவித்தன. ஆண்டுமுழுவதும் கோக-கோலா விற்பனை சரியாமல் அதிகரித்துக்கொண்டிருந்தது.

இந்தச் சந்தோஷத்தின் நடுவே, அசா காண்ட்லரும் அவருடைய திறமைசாலி விற்பனைப் பிரதிநிதிகளும் ஒரு முக்கியமான விஷயத்தைப்பற்றி யோசிக்க மறந்துவிட்டார்கள் - கோக-கோலா அதிகம் விற்றால்மட்டும் போதுமா? அது மக்களுக்குச் சுலபத்தில் கிடைக்கும்படி இருக்கவேண்டாமா?

சோடா ஃபவுன்டைன்களுக்கு வெளியிலும் கோக-கோலாவுக்கு ஒரு விற்பனைச் சந்தை இருக்கக்கூடும் என்று அசா காண்ட்லர் யோசிக்கவே இல்லை. இதனால், ஒரு மிக நல்ல பிஸினஸ் வாய்ப்பைத் தவறவிட்டார்.

அப்போது அமெரிக்காமுழுவதும் அதிவேகமாகப் பிரபலமாகிக்கொண்டிருந்தது கோக-கோலா. ஒருபக்கம் புதிய வாடிக்கையாளர்கள், இன்னொருபக்கம் மேலும் நிறைய நிறைய கோக-கோலா குடிக்கவேண்டும் என்று விரும்பும் ரசிகர்கள், வெறியர்கள்.

சோடா ஃபவுன்டைன்களில் கோக-கோலா குடிப்பது ஒரு ஜாலிதான். நுரை பொங்கப் பொங்க நீட்டப்படும் ஜில் பானத்தைக் கொஞ்சம் கொஞ்சமாக விழுங்கியபடி நண்பர்களுடன் நேரம் செலவிடுவது அமெரிக்காவின் புதிய பொழுதுபோக்காக மாறியிருந்தது.

ஆனால் அதற்காக, எந்நேரமும் சோடா ஃபவுன்டைன்களில் தவம் கிடக்கமுடியுமா? பரீட்சைக்குப் படித்துக்கொண்டிருக்கும்போது, விளையாடிக்கொண்டிருக்கும்போது, குடும்பத்தாருடன் பிக்னிக் சென்றிருக்கும்போது, தீவிரமாக அலுவலக / வீட்டு

வேலைகளில் மூழ்கியிருக்கும்போதெல்லாம் திடீரென தாகம் எடுத்தால், மக்களுக்கு ஒரே ஓர் ஏக்கம்தான் - இப்போது சட்டென்று, 'ஜில்'லென்று ஒரு கோக-கோலா கிடைத்தால் எப்படி இருக்கும்!

அவர்களுடைய இந்த எதிர்பார்ப்பை நிறைவேற்றுவதற்குக் கோக-கோலா நிறுவனம் எதுவுமே செய்யவில்லை. அவர்களைப் பொறுத்தவரை, கோக-கோலா என்பது சோடா ஃபவுன்டைன்களில் கிடைத்தால்மட்டும் போதும்.

மக்களுக்கு அது போதவில்லை. வீட்டில் அல்லது அலுவலகத்தில் சேமித்து வைத்துக்கொண்டு, வேண்டியபோது எடுத்துக் குடிக்கும்படி கோக-கோலா பாட்டில் வடிவத்தில் வெளியானால் நன்றாக இருக்கும் என்று அவர்கள் நினைத்தார்கள்.

இந்த விஷயம், அசா காண்ட்லரின் காதுக்கும் போனது. ஆனால், 'இதெல்லாம் சரிப்படாது' என்று உடனடியாக மறுத்துவிட்டார் அவர்.

காரணம், கோக-கோலாவை பாட்டில்களில் அடைத்து விற்பது அத்தனை சுலபமில்லை. இதற்காக அவர் ஏகப்பட்ட பணமும் நேரமும் செலவிடவேண்டியிருக்கும். அதன்பிறகும்கூட, மக்கள் எதிர்பார்க்கிற தரம் கிடைக்கும் என்று சொல்வதற்கில்லை.

அப்போது அசா காண்ட்லரின் கோக-கோலா நிறுவனம் செய்துகொண்டிருந்தவை இரண்டே வேலைகள்தான் - கோக-கோலா சிரப் தயாரித்து, பெரிய பாட்டில்களில் அடைத்து சோடா ஃபவுன்டைன்களுக்கு விற்பனை செய்வது, கோக-கோலாபற்றி பத்திரிகைகள், பிற ஊடகங்களில் பெரிய அளவு விளம்பரங்கள் செய்து, அதன்மூலம் விற்பனையை அதிகப்படுத்துவது.

இந்த இரண்டும் ஒழுங்காக நடந்துகொண்டிருக்கும்போது, மூன்றாவதாக இன்னொரு தலைவலி எதற்கு என்று நினைத்தார் அசா காண்ட்லர். ஆகவே, கோக-கோலாவை பாட்டில்களில் அடைத்து விற்பனை செய்வது சாத்தியமில்லை என்று உறுதியாக முடிவு செய்துவிட்டார்.

காண்ட்லரே இப்படி முடிவெடுத்துவிட்டபிறகு, அவரை மறுத்துப் பேசுவதற்கு கோக-கோலாவில் வேறு யாருக்கும் தைரியம் இல்லை. கோக-கோலாப் பிரியர்களின் பாட்டில் கனவுகள், அந்த பாட்டிலுக்குள்ளேயே அடைபட்டுவிட்டன.

இந்த விஷயத்தில் அசா காண்ட்லரையும் குற்றம் சொல்லமுடியாது. அவர் வாடிக்கையாளர்களின் எதிர்பார்ப்பைப் புரிந்துகொள்ளவில்லையே தவிர, பிஸினஸ் கோணத்தில் பார்க்கும்போது, காண்ட்லர் எடுத்த முடிவு மிகச் சரியானது.

காரணம், கோக-கோலாவை பாட்டில்களில் அடைப்பது என்று ஆரம்பித்தால், அவர் ஏகப்பட்ட விஷயங்களை யோசிக்கவேண்டியிருக்கும் - எந்த மாதிரியான பாட்டில்களைப் பயன்படுத்துவது? பாட்டில்களை யார் தயாரிப்பது? யார், எங்கே கோக-கோலா தயாரித்து பாட்டில்களில் அடைப்பது? கோக-கோலாவின் விசேஷ அம்சமே, நுரைபொங்கும் அந்தப் புதுத்தன்மைதான், பாட்டில்களில் அந்தப் புத்துணர்ச்சி குறையாமல் இருக்குமா? எத்தனை நாள்களுக்கு இருக்கும்? ஒருவேளை கோக-கோலா கெட்டுப்போய்விட்டால், அந்த நஷ்டத்துக்கு யார் பொறுப்பு? பாட்டில்களை வாடிக்கையாளர்களிடமிருந்து திரும்பச் சேகரிப்பது எப்படி? சுத்தப்படுத்துவது எப்படி? உடைந்துபோன பாட்டில்களை என்ன செய்வது? கோக-கோலா பாட்டில்களில் வேறு குளிர்பானம் விற்பனையாவதுபோன்ற தில்லுமுல்லுகளை எப்படிக் கட்டுப்படுத்துவது? இன்னும் ஏகப்பட்ட கேள்விகள் பாம்புபோல் சுற்றிச் சுற்றி வரும்.

இதையெல்லாம் யோசித்தால், யாருக்கும் தலைசுற்றும். எதற்கு வீண் வம்பு? பேசாமல் நாம் சோடா ஃபவுன்டைன்களுக்கு மட்டும் கோக-கோலா சிரப் தயாரித்துக் கொடுத்துவிட்டுச் சும்மா இருக்கலாம் என்று தீர்மானித்துவிட்டார் அசா காண்ட்லர்.

அதன்பிறகு, பாட்டில் கோக-கோலாபற்றி யாரும் பேசவில்லை.

கோக-கோலா விற்பனைப் பிரதிநிதிகளும், சிரப் விற்பனையில் மட்டும்தான் கவனம் செலுத்திக் கொண்டிருந்தார்கள்.

இந்த நேரத்தில்தான், டென்னெஸே மாகாணத்தைச் சேர்ந்த இரண்டு பேர் கோக-கோலா தலைமை நிறுவனத்தைத் தொடர்பு கொண்டார்கள். 'நாங்கள் கோக-கோலாவை பாட்டில்களில் அடைத்து விற்பனை செய்ய விரும்புகிறோம்' என்று விண்ணப்பித்தார்கள்.

பெஞ்சமின் தாமஸ் *(Benjamin F Thomas)*, ஜோசஃப் வொய்ட்ஹெட் *(Joseph P Whitehead)* என்ற அந்த இருவரும், வழக்கறிஞர்கள். அவர்களுக்கு ஏன் கோக-கோலா பாட்டில்கள்மீது ஆசை?

ஆசையும் கிடையாது, ஒரு சுக்கும் கிடையாது. கோக-கோலாவை பாட்டில்களில் அடைத்து விற்பனை செய்தால், செம லாபம் பார்த்துவிடலாம் என்பதுதான் அவர்களுடைய திட்டம்.

அசா காண்ட்லருக்கு இல்லாத இந்த பிஸினஸ் தொலைநோக்கு, பெஞ்சமின் தாமஸ், ஜோசஃப் வொய்ட்ஹெட் இருவருக்கும் வாய்த்திருந்தது. இதற்குக் காரணம், அவர்களுடைய நேரடி அனுபவம்தான்.

வழக்கறிஞர்களின் அலுவலகம் என்றால், அதற்குப் பலதரப்பட்ட மக்கள் வருவார்கள். பழைய, புதிய வாடிக்கையாளர்கள், முக்கியமான அதிகாரிகள், பத்திரிகையாளர்கள், ஏன் நீதிபதிகள்கூட அவ்வப்போது வருகை தரக்கூடும். இப்படி வருகிறவர்களுக்கெல்லாம் ஜில்லென்று கோக-கோலா தந்து உபசரித்தால்தான் மதிப்பாக இருக்கும்.

ஆனால், தெருமுனை சோடா ஃபவுன்டைன்களில் கிடைக்கிற கோக-கோலாவைப் பாதுகாத்து வைக்கமுடியாது. சில நிமிடங்களுக்குள் அதன் பொங்கும் நுரை, புத்துணர்ச்சி, ஜில் தன்மை எல்லாம் அடங்கிப்போய்விடும். அதன்பிறகு அதைக் குடித்தால், செத்தவன் கையில் வெத்தலை பாக்கு கொடுத்ததுமாதிரிதான்.

வழக்கறிஞர்கள் பெஞ்சமின் தாமஸ், ஜோசஃப் வொய்ட்ஹெட் இருவரும், தினசரி இந்தப் பிரச்னையைச் சந்திக்க நேர்ந்தது - இந்த கோக-கோலா ஏன் பாதுகாத்து வைப்பதற்குச் சவுகர்யமான வடிவத்தில் கிடைப்பதில்லை?

ஏற்கெனவே அவர்கள் கியூபாவில் இருந்தபோது, பாட்டில்களில் கிடைக்கும் குளிர்பானங்களைப் பயன்படுத்தியிருந்தார்கள். அதுபோல, கோக-கோலாவும் பாட்டில்களில் கிடைத்தால், வாங்கிப் பாதுகாத்து வைத்துக்கொண்டு, விருந்தினர்கள், முக்கியஸ்தர்கள் வரும்போது சட்டென்று திறந்து கொடுக்கலாமே என்று அவர்களுக்குத் தோன்றியது.

அவர்கள் இப்படி யோசித்து என்ன பிரயோஜனம்? கோக-கோலாவை பாட்டில்களில் தருவதில்லை என்று அசா காண்ட்லர் முடிவெடுத்துவிட்டார். அதன்பிறகு, யாரால் என்ன செய்யமுடியும்?

நாளுக்கு நாள், பெஞ்சமின், ஜோசஃப் இருவரின் ஏமாற்றம் அதிகமாகிக்கொண்டே போனது. எரிச்சலின் உச்சத்தில், அவர்கள் ஒரு விஷயம் யோசித்தார்கள் - நம்மைப்போலவே, அமெரிக்காமுழுவதும் ஏகப்பட்ட மக்கள் கோக-கோலாவைப் பாதுகாத்து வைக்கமுடியாமல் தவித்துக்கொண்டிருப்பார்கள். அவர்களுக்கு வசதியாக, யாரேனும் கோக-கோலாவை பாட்டில்களில் அடைத்துக் கொடுத்தால், விற்பனை அப்படியே அள்ளிக்கொண்டு போய்விடாதா?

வேறு யாராவது இதைச் செய்வதற்குமுன், நாம் முந்திக்கொள்ளவேண்டும் என்று முடிவெடுத்த வழக்கறிஞர்கள், உடனடியாக கோக-கோலாவுக்குக் கடிதம் எழுதினார்கள். அசா காண்ட்லரை நேரில் சந்திப்பதற்கு நேரம் கேட்டார்கள்.

'மறுபடியும் பாட்டில் பூதமா?' என்று எரிச்சலடைந்த காண்ட்லர், அவர்களைச் சந்திக்க ஆர்வம் காட்டவில்லை. ஆனால், பெஞ்சமின், ஜோசஃப் இருவரும் தங்களுடைய திட்டம்பற்றித் தொடர்ந்து கடிதங்கள் எழுதியும், பொதுவான நண்பர்கள் மூலமாகவும் நச்சரித்துக்கொண்டிருந்தார்கள்.

கடைசியில், அசா காண்ட்லர் கொஞ்சம் இறங்கிவந்தார். அவர்கள் இருவரையும் சந்திப்பதற்கு நேரம் ஒதுக்கினார். அப்போதும், அவருக்குக் கோக-கோலாவை பாட்டில்களில் அடைக்கும் திட்டம் சரிப்பட்டுவரும் என்று சுத்தமாக நம்பிக்கை இல்லை.

ஆகவே, பெஞ்சமின் தாமஸ், ஜோசஃப் வொய்ட்ஹெட் இருவரும் அசா காண்ட்லரைச் சந்திக்க வந்தபோது, அவர் சொன்ன முதல் விஷயம், 'உங்களுடைய இந்த யோசனை உருப்படாது. பேசாமல் இதை மறந்துவிட்டு ஊரைப் பார்க்கப் போங்கள்.'

இப்படி அவர் முகத்தில் அறைவதுபோல் சொன்னாலும், வழக்கறிஞர்கள் இருவரும் அத்தனை சுலபத்தில் தங்களுடைய நம்பிக்கையை விட்டுக்கொடுப்பதாக இல்லை, 'அதைப்பற்றி நீங்கள் கவலைப்படாதீர்கள் மிஸ்டர் காண்ட்லர், ஒருவேளை இதில் நஷ்டம் ஏற்பட்டால், அதற்கு முழுக்க முழுக்க நாங்களே பொறுப்பு, உங்களுக்கு எந்தப் பிரச்னையும் வராதபடி பார்த்துக்கொள்கிறோம்' என்றார்கள்.

காண்ட்லர் அவர்களைப் பரிதாபமாகப் பார்த்தார், 'கோக-கோலாவை பாட்டில்களில் அடைத்து விற்பனை செய்வது என்றால், அதில் ஆயிரம் தலைவலிகள் இருக்கின்றன, தெரியுமா?' என்றார் அதட்டல் தொனியில்.

'தெரியும்' என்றார்கள் அவர்கள், 'எல்லாவற்றையும் நன்றாக யோசித்துவிட்டுத்தான் இதில் இறங்க முடிவெடுத்திருக்கிறோம்'

இப்போது அசா காண்ட்லருக்குக் கொஞ்சம் சுவாரஸ்யம் தட்டியது, 'உங்களுடைய திட்டம் என்ன? அதைச் சொல்லுங்கள்' என்றார்.

பெஞ்சமின் தாமஸ், ஜோசஃப் வொய்ட்ஹெட் இருவரும், வெறும் ஆர்வம், ஒற்றை யோசனையுடன் கிளம்பி வந்துவிடவில்லை. என்ன செய்யவேண்டும், அதை எப்படிச் செய்யவேண்டும் என்று நிதானமாக யோசித்துக் கச்சிதமாகத் திட்டமிட்டிருந்தார்கள்.

அதை அவர்கள் நேர்த்தியுடன் விவரிப்பதை ஆச்சர்யம் விலகாமல் பார்த்துக்கொண்டிருந்தார் காண்ட்லர்.

முதலாவதாக, கோக-கோலாவை பாட்டில்களில் அடைக்கிற தலைவலி காண்ட்லருக்கு இல்லை. பெஞ்சமின், ஜோசஃப் இணைந்து தொடங்கவிருக்கும் புதிய நிறுவனம் ஒன்று அதைக் கவனித்துக்கொள்ளும்.

இந்தப் புதிய நிறுவனம், அமெரிக்காமுழுவதும் தனது கிளை அலுவலகங்களைத் திறக்கும். அல்லது அந்தந்தப் பகுதிகளில் கோக-கோலாவை பாட்டிலில் அடைத்து விற்பனை செய்கிற உரிமையை, வேறு தனியார் நிறுவனங்களுக்கு விற்பனை செய்யும்.

இவர்களில் யாரும், எந்தவிதத்திலும் அசா காண்ட்லரையோ, கோக-கோலாவையோ தொந்தரவு செய்யமாட்டார்கள், காசு, பணம் கேட்கமாட்டார்கள்.

இந்த ஒப்பந்தத்தின்படி, கோக-கோலா தலைமை நிறுவனம் செய்யவேண்டிய ஒரே ஒரு வேலை - 'பாட்லிங் ப்ளான்ட்ஸ்' அல்லது 'பாட்லர்ஸ்' *(Bottling Plants / Bottlers)* என்று செல்லமாக அழைக்கப்படும் இந்தக் குட்டி நிறுவனங்களுக்கு, வேண்டிய அளவு கோக-கோலா சிரப் தயாரித்து விநியோகிக்கவேண்டும். மற்றதையெல்லாம் அவர்களே பார்த்துக்கொள்வார்கள்.

அவர்கள் பேசப் பேச, அசா காண்ட்லரின் சிந்தனை பல திசைகளில் ஓடிக்கொண்டிருந்தது. இந்த ஒப்பந்தத்தை ஏற்றுக்கொண்டு கையெழுத்துப் போடுவதன்மூலம், கோக-கோலாவுக்கு ஏதேனும் பாதிப்பு வரக்கூடுமா என்று மிகத் தீவிரமாகச் சிந்தித்துக்கொண்டிருந்தார் அவர்.

பெஞ்சமின், ஜோசஃப் இருவரின் பாட்டில் திட்டம் வெற்றியடைந்தால், கோக-கோலாவுக்கு நல்ல லாபம்தான். ஏனெனில், அமெரிக்காமுழுவதும் உருவாகவிருக்கிற பாட்லிங் நிறுவனங்கள் ஒவ்வொன்றுக்கும், நிறைய கோக-கோலா சிரப் தேவைப்படும். அதன்மூலம் நம்முடைய சிரப் விற்பனை அதிகரிக்கும்.

ஒருவேளை, இந்தத் திட்டம் தோல்வியடைந்துவிட்டால்?

அப்போதும் கோக-கோலாவுக்கு எந்தவிதமான நஷ்டமும் வராது. காரணம், இதற்கென்று அவர்கள் ஒரு பைசா செலவழிக்கப்போவதில்லை. இதனால் நஷ்டம் ஏற்பட்டாலும்கூட, அது முழுக்க முழுக்க பெஞ்சமின், ஜோசஃப், அவர்களுடைய கூட்டாளிகள் தலையில்தான் விழும்.

எப்படி யோசித்தாலும், இந்தத் திட்டத்தில் எங்கேயும் பிசிறு இருப்பதாக அசா காண்ட்லருக்குத் தோன்றவில்லை. இந்த இரண்டு பேருக்கும் பாட்டில் கோக-கோலாமீது ஏகப்பட்ட நம்பிக்கை இருக்கிறது, பணத்தைக் கொட்டி முதலீடு செய்யத் தயாராக இருக்கிறார்கள், நஷ்டம் வந்தாலும் பரவாயில்லை என்கிறார்கள், நமக்கென்ன போச்சு?

பலத்த யோசனைக்குப்பிறகு, அசா காண்ட்லர் தனது முடிவை அறிவித்தார். கோக-கோலாவை பாட்டில்களில் அடைத்து விற்பனை செய்வதற்கான முழு உரிமையை, பெஞ்சமின் தாமஸ், ஜோசஃப் வொய்ட்ஹெட் இருவருக்கும் வழங்கத் தீர்மானித்துவிட்டார் அவர்.

'ரொம்ப நன்றி மிஸ்டர் காண்ட்லர்' என்று அவர்கள் மகிழ்ச்சியுடன் கைகுலுக்கினார்கள், 'உங்களுடைய கோக-கோலா நிறுவனத்தின் மரியாதைக்கு எந்தக் கெட்ட பெயரும் வராதபடி நாங்கள் பார்த்துக்கொள்வோம்.'

'எனக்கு இப்போதும் இந்தத் திட்டத்தில் முழு நம்பிக்கை இல்லை' என்றார் காண்ட்லர், 'நாளைக்கு ஏதேனும் பிரச்னை என்றால், என்னிடம் வந்து நிற்காதீர்கள், இப்போதே சொல்லிவிட்டேன்.'

1889ம் ஆண்டு, அசா காண்ட்லர், பெஞ்சமின் தாமஸ் மற்றும் ஜோசஃப் வொய்ட்ஹெட் ஆகியோரிடையே சரித்திர முக்கியத்துவம் வாய்ந்த அந்த ஒப்பந்தம் கையெழுத்தானது. இதன்மூலம், தங்களுடைய குளிர்பானத்தைப் பாட்டில்களில் அடைத்து விற்பனை செய்கிற உரிமையை வெளிநபர்களுக்கு வழங்கிவிட்டது கோக-கோலா.

இதற்காக, கோக-கோலா நிறுவனம் பெற்றுக்கொண்ட தொகை, வெறும் ஒரு டாலர்தான் என்கிறார்கள். அடையாளக் கட்டணமாக ஒரே ஒரு டாலர்மட்டும் வாங்கிக்கொண்டு, அமெரிக்காவின் மிகப் பிரபலமான குளிர்பானத்தை பாட்டில்களில் அடைக்கிற உரிமையைத் தாரை வார்த்துக் கொடுத்துவிட்டார் அசா காண்ட்லர்.

அவரைப் பொறுத்தவரை, இந்த ஒப்பந்தத்தின்மூலம் கோக-கோலா சிரப்பின் விற்பனை பலமடங்கு அதிகரிக்கும். அதன்மூலம் நல்ல லாபம் சம்பாதித்துக்கொள்ளலாம் என்று அசா காண்ட்லர் எண்ணியிருந்தார்.

ஆனால், அவர் யோசிக்க மறந்த ஒரு விஷயம் - கோக-கோலா என்கிற பெயருக்கு, அமெரிக்காமுழுவதும் நல்ல மரியாதை இருக்கிறது. தொடர்ச்சியான விளம்பரங்களின்மூலம், தாகம் எடுத்தால் கோக-கோலா குடிக்கவேண்டும் என்கிற எண்ணம் மக்கள் மனத்தில் அழுத்தமாகப் பதிந்துபோயிருக்கிறது.

அந்த பிராண்ட் மதிப்பு*(Brand Value)*க்கு ஒரு விலை உண்டில்லையா? கோக-கோலா பெயருக்கு ஒரு தனி அடையாளத்தை உருவாக்குவதற்காகப் பாடுபட்ட அசா காண்ட்லர், இப்போது அந்த அடையாளத்தை இலவசமாக வேறு யாருக்கோ தூக்கிக் கொடுத்துவிட்டார்.

இதன் பின்னணியில் இருக்கும் முட்டாள்தனத்தைப் புரிந்துகொள்ளவேண்டுமானால், ஒரு சமீபத்திய உதாரணத்தைப் பார்க்கலாம் - கடந்த பத்து ஆண்டுகளில் ஹாரி பாட்டர் வரிசைப் புத்தகங்கள் மிகப் பெரிய பிரபலத்தை அடைந்திருக்கின்றன. ஆகவே, அந்தப் பெயருக்குக் காப்புரிமை *(Copyright)* பெறப்பட்டிருக்கிறது.

இப்போது ஒரு பென்சில் தயாரிப்பாளர், தன்னுடைய பென்சில்களுக்கு ஹாரி பாட்டர் பெயரைப் பயன்படுத்த விரும்பினால், அதற்காக அவர் முறைப்படி அனுமதி பெறவேண்டும். ஒரு குறிப்பிட்ட தொகையைக் கட்டணமாகச் செலுத்தவேண்டும்.

பென்சில்களுக்கும் ஹாரி பாட்டருக்கும் எந்தச் சம்பந்தமும் இல்லை. என்றாலும், 'ஹாரி பாட்டர் பென்சில்' என்று விளம்பரம் செய்தால், குழந்தைகள்மத்தியில் அது சுலபத்தில் பிரபலமாகிவிடும். அதற்குத்தான் அந்தக் கட்டணம்.

அதுபோல, பெஞ்சமின் தாமஸ், ஜோசஃப் வொய்ட்ஹெட் இருவரும், 'கோக-கோலா' என்கிற பெயரைப் பயன்படுத்திக்கொள்வதற்குக் கட்டணமாக, அசா காண்ட்லர் கணிசமான ஒரு தொகையை வசூலித்திருக்கவேண்டும். அப்படியில்லாமல், கிட்டத்தட்ட இலவசமாகவே அந்த உரிமையை அவர்களுக்கு வழங்கிவிட்டது, கோக-கோலா நிறுவனத்துக்கு மிகப் பெரிய நஷ்டம்.

இது போதாதென்று, அதே ஒப்பந்தத்தில் இன்னொரு அசட்டுத்தனமும் செய்தார் அசா காண்ட்லர். கோக-கோலாவை பாட்டில்களில் அடைத்து விற்கிற உரிமையை, பெஞ்சமின், ஜோசஃப் இருவருக்கும் நிரந்தரமாக வழங்கிவிட்டார்.

நிரந்தரமாக? அப்படியென்றால்?

பெஞ்சமின், ஜோசஃப் இருவரும், கோக-கோலா பாட்டிலிங் உரிமையை, யாருக்கு வேண்டுமானாலும் விற்கலாம். அவர்களுடைய காலத்துக்குப்பிறகு, இந்த உரிமை அவர்களுடைய மகன்கள், பேரன்கள், கொள்ளு, எள்ளுப் பேரன் குடும்பங்களுக்கெல்லாம் பரம்பரை பரம்பரையாகச் சென்றுகொண்டிருக்கும்.

அதாவது, காலாகாலத்துக்கும் அவர்கள்தான் கோக-கோலாவை பாட்டில் செய்து விற்பார்கள். அவர்கள் ஏதேனும் பிரச்னை செய்தாலோ, சொதப்பினாலோகூட, அவர்களை மாற்றுவதற்கு அல்லது நீக்குவதற்கு கோக-கோலாவுக்கு உரிமை கிடையாது.

சுருக்கமாகச் சொல்வதென்றால், இனி எக்காலத்திலும் கோக-கோலாவின் பாட்டிலிங் உரிமை அதன் தாய் நிறுவனத்துக்குத் திரும்பக் கிடைக்கவேமுடியாது. இப்படி ஓர் அயோக்கியத்தனமான ஒப்பந்தத்தில்தான் கொஞ்சமும்

யோசிக்காமல் அசா காண்ட்லர் கையெழுத்துப் போட்டுவிட்டார், அதுவும் பிச்சைக் காசு, ஒரு டாலர் தொகைக்கு!

கோக-கோலா பாட்டிலிங் ஒப்பந்தத்தில் கையெழுத்திட்டபோது, அசா காண்ட்லரால் இதையெல்லாம் முன்கூட்டியே சிந்தித்துப்பார்க்க முடியவில்லை. சொல்லப்போனால், அவருக்கு பாட்டில் கோக-கோலாவில் கொஞ்சமும் நம்பிக்கை இல்லாத காரணத்தால், பெஞ்சமின் தாமஸ், ஜோசஃப் வொய்ட்ஹெட் இருவரையும் 'சரியான அசட்டுப் பயல்கள்' என்றுதான் நினைத்துக்கொண்டிருந்தார் அவர். இந்த ஒப்பந்தத்தின்மூலம் தனக்கு எந்தவிதமான நஷ்டமும் ஏற்படமுடியாது என்று அவருக்கு நிச்சயமாகத் தோன்றியது.

அசா காண்ட்லரின் இந்த ஒரு தவறான கணிப்பால், பின்னாள்களில் கோக-கோலா நிறுவனம் பல மில்லியன் டாலர்கள், மதிப்பு, மரியாதை, நிம்மதி, ராத்திரித் தூக்கம் எல்லாவற்றையும் இழக்கவேண்டியிருந்தது!

7. பணக்காரத் தலைமுறைகள்

சோடா ஃபவுன்டைன்களில் கிடைத்த கோக-கோலா, சூப்பர் ஹிட் என்றால், பாட்டில் கோக-கோலா மெகா ஹிட்!

அசா காண்ட்லர் ஊகிக்கத் தவறிய இந்த விஷயத்தை, பெஞ்சமின் தாமஸ், ஜோசஃப் வொய்ட்ஹெட் இருவரும் எப்படியோ மோப்பம் பிடித்துவிட்டார்கள். கோக-கோலா மட்டும் பாட்டில்களில் கிடைக்கத் தொடங்கிவிட்டால், அமெரிக்க மக்களிடையே அதற்குப் பிரமாதமான வரவேற்பு இருக்கும் என்று அவர்கள் உறுதியாக நம்பினார்கள்.

கடைசிவரை, காண்ட்லருக்கு இதில் நம்பிக்கை ஏற்படவே இல்லை. 'எக்கேடோ கெட்டுப் போங்கள்' என்று அவர்களைத் தண்ணீர் தெளித்து ஒதுக்கிவிட்டு, பழையபடி சோடா ஃபவுன்டைன்களில் கோக-கோலா விற்பனையை அதிகரிப்பது எப்படி என்று யோசிக்கத் தொடங்கிவிட்டார் அவர்.

பெஞ்சமின், ஜோசஃப் இருவரும், நேரடியாக பாட்டிலிங் வேலைகளில் ஈடுபடவில்லை. அமெரிக்கச் சந்தையை இரண்டு பகுதிகளாகப் பிரித்துக்கொண்டார்கள். எந்தெந்த மாநிலங்களில் யார் கவனம் செலுத்தவேண்டும் என்று தீர்மானித்துக்கொண்டு, அடுத்த கட்ட நடவடிக்கைகளில் இறங்கினார்கள்.

ஒவ்வொரு பகுதியிலும், கோக-கோலாவை பாட்டில்களில் அடைத்து விற்பனை செய்கிற உரிமை, தகுதியுள்ள உள்ளூர் நிறுவனம் ஒன்றுக்கு வழங்கப்பட்டது. இவர்கள், சோடா ஃபவுன்டைன்களோடு போட்டி போடக்கூடாது, கோக-கோலாவை பாட்டில் வடிவத்தில்மட்டுமே தயாரித்து விற்கவேண்டும்.

இந்த உள்ளூர் 'பாட்லர்'கள், கோக-கோலா தலைமை நிறுவனத்திடமிருந்து நேரடியாக சிரப் வாங்கிக்கொள்ள வேண்டியது. அதனைப் பயன்படுத்தி கோக-கோலா தயாரிப்பது, பாட்டில்களில் அடைப்பது, சீல் செய்வது, கடைகளுக்கு விநியோகிப்பது என்று எல்லாம் அவர்களுடைய பொறுப்பு.

இதற்குத் தேவைப்படுகிற தொழிற்சாலை, புதிய இயந்திரங்கள், பாட்டில்களை விநியோகிப்பதற்கான வாகனங்கள், பிற வசதிகள் அனைத்திற்கும், உள்ளூர் பாட்லர்கள்தான் செலவு செய்ய வேண்டும். விளம்பரச் செலவுகளை மட்டும் கோக-கோலா தலைமை நிறுவனம் ஏற்றுக்கொள்ளும்.

இந்த ஏற்பாடை இவ்வளவு விரிவாக விளக்கிச் சொல்வதற்கு ஒரு முக்கியமான காரணம் இருக்கிறது.

சோடா ஃபவுன்டைன்களில் பிறந்த கோக-கோலா, அதுவரை மிக மெதுவாகத்தான் வளர்ந்துகொண்டிருந்தது. பாட்டில்களில் கிடைக்கத் தொடங்கியபிறகுதான், அதன் வளர்ச்சி அதிவேக முன்னேற்றமாக மாறியது.

வளர்ச்சி என்றால், சாதாரண வளர்ச்சி இல்லை. அசா காண்ட்லர் கற்பனையில்கூட நினைத்துப் பார்த்திருக்காத அளவுக்கு மிகப் பெரிய வளர்ச்சி. பத்துப் பேர் கோக-கோலா குடித்துக்கொண்டிருந்த இடத்தில், நூறு பேர், ஆயிரம் பேர் என்று வளர்ந்து கோடிக்கணக்கான மக்களைச் சென்றடைந்தது கோக-கோலா.

சோடா ஃபவுன்டைன்களில் கோக-கோலாவின் விலை, ஐந்து சென்ட். அதற்கு இணையாக, பாட்டில் கோக-கோலாவும்

ஐந்து சென்ட் விலைக்குக் கிடைக்கவேண்டும் என்று தீர்மானிக்கப்பட்டது.

விலை ஒன்றுதான். ஆனால், பாட்டில் என்பது எத்தனை பெரிய சவுகர்யம்! வீட்டிலோ, அலுவலகத்திலோ கோக-கோலாவை நான்கு, ஐந்து என்று அதிக எண்ணிக்கையில் வாங்கி வைத்துக்கொண்டு நினைத்த நேரத்தில் திறந்து குடிக்கும் வசதி, அமெரிக்கர்களுக்கு மிகவும் பிடித்திருந்தது.

தவிர, பாட்டில் கோக-கோலாவை வெளியிடங்களுக்குக் கொண்டு செல்லலாம். விளையாட்டுப் போட்டிகளுக்கு, நாடகங்களுக்கு, பிக்னிக், விழாக்களுக்கெல்லாம் கோக-கோலாவை வரவழைத்து ருசிக்கலாம்.

இதையெல்லாம்விட முக்கியமான விஷயம், சோடா ஃபவுன்டைன்கள் அமெரிக்க நகரங்களில் மட்டும்தான் உண்டு. ஆகவே, கிராமங்கள், குக்கிராமங்களில் வாழும் ஏராளமான அமெரிக்கர்களுக்கு, கோக-கோலா இன்னும் அறிமுகமாகியிருக்கவில்லை.

அந்த வெற்றிடத்தையும், பாட்டில் கோக-கோலா நிரப்பியது. ஒரு தொழிற்சாலையில் தயாரிக்கப்பட்டும் கோக-கோலா பாட்டில்கள், சுற்றியுள்ள எல்லா ஊர்களுக்கும் சென்றன. உள்ளூர்க் கடைகளில் ரொட்டியோ, வெண்ணெயோ வாங்குகிற மக்கள், கூடவே கோக-கோலாவையும் வாங்கிச் சென்றார்கள்.

இதனால், கோக-கோலாவின் வாடிக்கையாளர் வட்டம் அதிவேகமாகப் பெருகத் தொடங்கியிருந்தது. அமெரிக்கா முழுவதும் கோக-கோலா ருசிக்காதவர்களே இல்லை என்கிற அளவுக்குப் பிரமாதமான விற்பனை. லாபம் நாளுக்கு நாள் அதிகரித்துக்கொண்டிருந்தது.

இதையெல்லாம் அசா காண்ட்லர் ஆச்சர்யமாகப் பார்த்துக் கொண்டிருந்தார். பாட்டில் கோக-கோலா சத்தியமாக உருப்படாது என்று நினைத்துக்கொண்டிருந்த அவருக்கு, மக்கள் சோடா ஃபவுன்டைன்களில் கோக-கோலா குடிப்பதைவிட,

பாட்டில்களில் வாங்கி வைத்துக்கொண்டு ருசிப்பதைத்தான் விரும்புகிறார்கள் என்கிற தகவலை நம்பவே முடியவில்லை.

எப்படியோ, இதன்மூலம் கோக-கோலா சிரப் விற்பனை பல மடங்கு அதிகரித்துக்கொண்டிருக்கிறது. அதுவே நமக்குப் போதும் என்று நிம்மதியாக இருந்துவிட்டார் அசா காண்ட்லர்.

பொதுவாக, ஒரு பெரிய நிறுவனம், அதுவும் தனியார் நிறுவனம் ஒன்றின் தயாரிப்புகள் நன்றாக விற்பனையானால், அந்த நிறுவனத்தின் முதலாளிகள் சிலர்மட்டும்தான் பலன் பெறுவார்கள். மொத்த வளர்ச்சியும் அவர்களுடைய வங்கிக் கணக்கில்தான் டாலர்களாகச் சென்று குவியும்.

ஆனால், பாட்டில் கோக-கோலா விஷயம் அப்படியில்லை. அதன் பிரமாதமான வளர்ச்சியால், ஏகப்பட்ட பேர் பலன் பெற்றார்கள். அசா காண்ட்லருக்குப் பத்து டாலர் லாபம் கிடைத்தால், உள்ளூர் பாட்லர்களும் கிட்டத்தட்ட அதே அளவு, அல்லது அதைவிட அதிகமாகவே லாபம் சம்பாதித்துக்கொண்டிருந்தார்கள்.

அன்றைய காலகட்டத்தில், ஒரு புதிய தலைமுறைப் பணக்காரர்களையே உருவாக்கியது கோக-கோலா. ஐந்துக்கும் பத்துக்கும் அலைமோதிக்கொண்டிருந்தவர்கள்கூட, கோக-கோலா பாட்லிங் உரிமையின்மூலம் நிரந்தர வருமானம் பெற்றார்கள். தந்தை - மகன் - பேரன் என்று பல தலைமுறைகளாகக் கோக-கோலா பாட்லிங் உரிமையை ஒரு பரம்பரைச் சொத்துபோல் ஏற்றுக்கொண்டு முன்னேறியவர்கள் உண்டு.

இப்படி வளர்ச்சியடைந்தவர்கள், அந்தப் பணத்தின் கணிசமான ஒரு பகுதியை, கோக-கோலாவிலேயே முதலீடு செய்தார்கள். இவர்கள் அதிக அளவு இயந்திரங்கள் வாங்கி, கூடுதல் தொழிலாளர்களை வேலைக்குச் சேர்ப்பதால், கோக-கோலா முன்பைவிடப் பல மடங்கு பரவலாகக் கிடைக்கத் தொடங்கியது.

இப்படி அந்தந்தப் பகுதியைச் சேர்ந்த பாட்லர்களின் முனைப்பால், நாடுமுழுவதும் கோக-கோலாவின் பிரபலம் அதிகரித்துக்கொண்டிருந்தது. இதுதவிர, கோக-கோலா தலைமை நிறுவனமும் ஏகப்பட்ட விளம்பரங்களின்மூலம் அமெரிக்கச் சுவர்களையும், அமெரிக்கர்களின் மனங்களையும் நிரப்பிக்கொண்டிருந்தது.

கோக-கோலா பாட்டிலில் கிடைக்கத் தொடங்கிய சில ஆண்டுகளுக்குள், அமெரிக்காவின் மிகப் பிரபலமான குளிர்பானம் என்கிற அந்தஸ்தைப் பெற்றுவிட்டது கோக-கோலா. ஏழைகள், அன்றாடங்காய்ச்சிகளில் தொடங்கி, பெரும் பணக்காரர்கள், தொழிலதிபர்கள், அரசியல்வாதிகள்வரை எந்த வித்தியாசமும் இல்லாமல் எல்லோருடைய இதயம் கவர்ந்த ஓர் அமெரிக்க பானமாக அடையாளம் பெற்றுவிட்டது கோக-கோலா.

வெற்றி வரும்போது, பின்னாலேயே வம்புகளும் வருவதுதானே வழக்கம்? கோக-கோலாவிடம் குவியும் டாலர்கள், பலருடைய கண்களை உறுத்தின. அவர்கள் விதவிதமான வம்பு, வழக்குகளுடன் கலாட்டாவுக்கு வந்தார்கள்.

முதலாவதாக, கோக-கோலாவின் வளர்ச்சி நியாயமானதுதானா என்கிற கேள்வி எழுப்பப்பட்டது. கோக-கோலா தன்னுடைய போட்டியாளர்களை நசுக்கிவிட்டு முன்னேறுகிறது என்று மற்ற குளிர்பானங்களின் தயாரிப்பாளர்கள் குற்றம் சாற்றினார்கள்.

கோக-கோலா மக்களிடையே நன்கு பிரபலமாகிவிட்ட காரணத்தால், பெரும்பாலான சோடா ஃபவுன்டைன் உரிமையாளர்கள், மற்ற கடைக்காரர்கள் அதனை அதிக அளவில் வாங்கி விற்பனை செய்ய விரும்பினார்கள். இந்த வாய்ப்பைப் பயன்படுத்திக்கொண்டு, கோக-கோலா நிறுவனம் சில கடுமையான நிபந்தனைகளை விதிக்கத் தொடங்கியதாக இவர்கள் சொன்னார்கள்.

உதாரணமாக, கோக-கோலாவைத் தங்கள் கடைகளில் விற்பனை செய்கிறவர்கள், அதில் மட்டும்தான் முழு அக்கறை

செலுத்தவேண்டும் என்று எதிர்பார்த்தது கோக-கோலா நிறுவனம். அதோடு, மற்ற போட்டி நிறுவனங்களின் குளிர் பானங்களையும் சேர்த்து விற்றால், அநாவசியமாகக் கவனம் சிதறும் என்றார்கள்.

இது ஒரு மறைமுகமான மிரட்டல்தான் - உங்களுக்குக் கோக-கோலா வேண்டுமென்றால், மற்ற கம்பெனிகளின் தயாரிப்புகளை ஆதரிக்கக்கூடாது. மீறினால், உங்கள் கடையில் கோக-கோலா கிடைக்காது. எது முக்கியம் என்று நீங்களே யோசித்து முடிவு செய்துகொள்ளுங்கள்.

கோக-கோலா இல்லாத கடையை, மக்கள் யாரும் சீண்ட மாட்டார்கள். ஆகவே, அமெரிக்காமுழுவதும் பெரும்பாலான கடைக்காரர்கள் கோக-கோலாவின் தயவை எதிர்பார்த்து, மற்ற நிறுவனங்களின் தயாரிப்புகளைப் புறக்கணிக்கத் தொடங்கினார்கள். இதை எதிர்த்து, கோக-கோலா நிறுவனத்தின் மீது வழக்குகள் தொடரப்பட்டன.

'கடைக்காரர்களை நாங்கள் எந்தவிதத்திலும் கட்டுப்படுத்த வில்லை, கட்டாயப்படுத்தவில்லை' என்றது கோக-கோலா, 'மற்ற குளிர்பானங்கள் சரியாக விற்பதில்லை என்பதால், அவர்களாக விரும்பித்தான் கோக-கோலாவை ஆதரிக்கிறார்கள்.'

அவர்கள் சொல்வது நிஜமா, பொய்யா என்று எப்படி நிச்சயப்படுத்திக்கொள்வது? கோக-கோலாவுக்கு எதிராக யார் சாட்சி சொல்வார்கள்? பெரும்பாலான வழக்குகளில் கோக-கோலா நிறுவனம் மிகச் சுலபமாகத் தப்பித்துவிட்டது.

இதனிடையே, கோக-கோலா தலைமையகத்தில் சில புதிய பிரச்னைகள் முளைத்திருந்தன. முக்கியமாக, அசா காண்ட்லருக்குப் பிறகு கோக-கோலாவைப் பொறுப்பேற்று நடத்தப்போகிறவர் யார் என்கிற குழப்பம்.

இந்தக் கேள்விக்கு, யாரும் எதிர்பார்க்காத ஒரு பதில் கிடைத்தது. கோக-கோலாவின் சரித்திரத்தில் மிக முக்கியமான திருப்புமுனை அது.

8. பாஸ்

ராபர்ட் வுட்ரஃப் *(Robert Woodruff)* வாலிபப் பருவத்தை எட்டுவதற்குமுன்பே, அவருடைய தந்தை எர்னஸ்ட் வுட்ரஃப் *(Ernest Woodruff)* ஒரு தீர்மானமான முடிவுக்கு வந்திருந்தார் - இனிமேல் இந்தப் பிள்ளை உருப்படுவதற்கான எந்த சாத்தியங்களும் இல்லை.

ஏனோ, பிறந்ததுமுதல் இந்த மகனுக்கும் அவருக்கும் சரிப்படவில்லை. அவர் என்னதான் சொன்னாலும், வேறொரு பாதையில்தான் போவேன் என்று பிடிவாதம் பிடிக்கும் பிள்ளையை யாரால்தான் ஏற்றுக்கொள்ளமுடியும்?

அட்லாண்டா பிரமுகர் வட்டாரங்களில், எர்னஸ்ட் வுட்ரஃபுக்கு மதிப்பும் மரியாதையும் எக்கச்சக்கம். மாதச் சம்பளக்காரர்கள், பரம்பரைப் பணக்காரர்களில் ஆரம்பித்துப் புதிதாகத் தொழில் தொடங்குபவர்கள், அரசு அதிகாரிகள், அரசியல்வாதிகள் என்று எல்லோரும் அவருடைய தயவை எதிர்பார்த்துக் கொண்டிருந்தார்கள்.

வெளியில் ராஜாவாக இருந்து என்ன புண்ணியம்? வீட்டுக்குள் அவருடைய நிலைமை கூஜாவுக்குப் பக்கத்தில்கூட வரவில்லை. சொந்த மகன், வேண்டுமென்றே வம்பு பண்ணுகிறான், என்

இஷ்டம்போல்தான் நடந்துகொள்வேன், பிறந்த குடும்பத்துக்குப் பெருமை சேர்க்கமாட்டேன் என்று ஒன்றரைக் காலில் நிற்கிறான். என்ன செய்யமுடியும்?

இதற்குமேல் எதுவும் செய்வதற்கில்லை என்கிற தீர்மானத்துக்கு அவர் வந்து நெடுநாள்களாகிவிட்டது. எர்னஸ்ட் வுட்ரஃபைப் பொறுத்தவரை, ராபர்ட் என்று அவருக்கு ஒரு மகன் இல்லை, அவ்வளவுதான்.

அவருடைய இந்த முடிவில், ராபர்டுக்கும் ரகசியச் சந்தோஷம்தான். சின்ன வயதுமுதல் தந்தையின் கண்டிப்புகளுக்குப் பயந்தே வளர்ந்தவர் அவர். இளமைப் பருவத்தில், அவருடைய கட்டுப்பாடுகளில் இருந்து விடுபட நினைத்து, கொஞ்சம் முறுக்கிக்கொண்டு நின்றார். அந்த வேகத்தை, எர்னஸ்ட் வுட்ரஃப் தவறாக நினைத்துவிட்டார். 'இனிமேல், உனக்கும் எனக்கும் ஆகாது' என்பதுபோல் தண்ணீர் தெளித்து விட்டுவிட்டார்.

'அப்பாடா, நிம்மதி' என்று தன்போக்கில் செயல்படத் தொடங்கினார் ராபர்ட் வுட்ரஃப். அவருக்குப் பள்ளி, கல்லூரிப் படிப்பெல்லாம் அவ்வளவாக மண்டையில் ஏறவில்லை. ஆகவே, கிடைத்த வேலைகளைச் செய்து சம்பாதிக்கப் பழகிக்கொண்டார்.

இந்த நேரத்தில்தான், அவருக்கு வாகனங்களை விற்பனை செய்யும் 'சேல்ஸ்மேன்' வேலை கிடைத்தது. எல்லா வேலைகளையும்போல் இதுவும் ஒன்று என்கிற மனப்பான்மையுடன் அதில் ஈடுபட்ட ராபர்ட் வுட்ரஃப், சீக்கிரத்திலேயே இந்த வேலையை மிகவும் ரசிக்கத் தொடங்கிவிட்டார்.

ராபர்டைப் பார்த்தவர்கள் யாருக்கும், முதல் சந்திப்பிலேயே அவரைப் பிடித்துப்போகும். அப்படி ஓர் உற்சாகமான ஆளுமையுடன், மற்றவர்களைப் பேசிச் சமாளிக்கிற, நம்பவைக்கிற அபாரமான திறனும் அவருக்கு வாய்த்திருந்தது.

தனது இந்த இரண்டு பலங்களையும் மிகச் சிறப்பாகப்

பயன்படுத்திக்கொண்டார் ராபர்ட் வுட்ரஃப். தன்னுடைய வாடிக்கையாளர்களைச் சுவையான பேச்சாலேயே ஈர்த்து, தனது வாகனங்கள்மீது ஆர்வம் உண்டாக்கினார். ஏகப்பட்ட பேர் அவருடைய வாக்குறுதிகளால் கவரப்பட்டு, அந்த வாகனங்களை முழு விருப்பத்துடன் வாங்கிச் சென்றார்கள்.

இதைப் பார்த்துச் சுவாரஸ்யமான ராபர்ட் வுட்ரஃப், மேலும் அதிக ஆர்வத்துடன் விற்பனைத்துறையில் இறங்கினார். அதுவரை சும்மா விளையாட்டுப்போக்கில் இயங்கிக்கொண்டிருந்தவர், இப்போது நிஜமான அக்கறையுடன் விற்பனை, விளம்பர, மார்க்கெட்டிங் நுணுக்கங்களையெல்லாம் ஆழ்ந்து படிக்கத் தொடங்கினார்.

வாடிக்கையாளர்கள் ஒவ்வொருவரும் ஒவ்வொருமாதிரி என்பதை மிக விரைவில் புரிந்துகொண்டுவிட்டார் ராபர்ட். யாரிடம் எதைப் பேசவேண்டும், எப்படிப் பேசவேண்டும், எதைச் சொல்லலாம், எதைச் சொல்லக்கூடாது, அவர்களுக்கு என்னென்ன சந்தேகங்கள் ஏற்படும், அவற்றையெல்லாம் எப்படித் தீர்த்துவைக்கவேண்டும், போட்டியாளர்களின் தயாரிப்புகளுடன் நமது வாகனங்களை ஒப்பிட்டுப் பேசுவது எப்படி என்று பல விஷயங்களைப் படிப்படியாகக் கற்றுக்கொண்டு முன்னேறினார்.

இதனால், சாதாரண விற்பனைப் பிரதிநிதியாக வேலைக்குச் சேர்ந்த ராபர்ட் வுட்ரஃப், சீக்கிரத்தில் மேலாளராக உயர்ந்தார். விளம்பரங்களை வடிவமைப்பது, புதுப்புது மார்க்கெட்டிங் உத்திகளைப் பயன்படுத்துவது என்று இன்னொரு தளத்தில் இயங்கத் தொடங்கிவிட்டார்.

ராபர்டின் இந்த வளர்ச்சியை, அவருடைய தந்தை எர்னஸ்ட் வுட்ரஃப் கவனித்துக்கொண்டுதான் இருந்தார். அப்போதும், அவருக்கு முழுத் திருப்தி இல்லை, 'கார், டிரக் விற்பதெல்லாம் ஒரு பிழைப்பா?' என்று சற்றே கேவலமாகத்தான் பேசிக்கொண்டிருந்தார்.

இந்த நேரத்தில், கோக-கோலா நிறுவனம் சரியான தலைமை இல்லாமல் தடுமாறிக்கொண்டிருந்தது. இனிமேல் பழைய

ஸ்டைல் நிர்வாகமெல்லாம் சரிப்படாது, புதுமையாகவும் தைரியமாகவும் யோசிக்கக்கூடிய ஒரு தலைவர் வேண்டும், கம்பெனிக்குப் புது ரத்தம் பாய்ச்சியாகவேண்டும் என்று அதன் இயக்குனர் குழு தீர்மானித்திருந்தது.

கோக-கோலாவை யார் காப்பாற்றப்போகிறார்கள் என்று அவர்கள் நாலாபக்கமும் வலைவீசித் தேடிக்கொண்டிருந்தார்கள். சுற்றிலும் இருந்த சிறிய, பெரிய, நடுத்தர நிறுவனங்களின் தலைவர்கள் எல்லோருடைய பிஸினஸ் ஜாதகத்தையும் புரட்டிப் போட்டு ஆராய்ந்தபோது சிக்கியவர், ராபர்ட் வுட்ரஃப்!

இளைஞர்தான், ஆனால் அளவில்லாத உற்சாகத்துடன் இயங்குகிறார், ஒரு சின்ன ஆட்டோமொபைல் விற்பனை நிறுவனத்தை, மிகப் பெரிய அளவுக்குக் கொண்டுவந்திருக்கிறார். வாழ்க்கையில் அடிபட்டு முன்னுக்கு வந்தவர். பேசாமல் தலைமைப் பொறுப்பை இவர் கையில் ஒப்படைத்தால் என்ன?

'ஐயோ, வேண்டாம்' என்று அலறிவிட்டார் எர்னஸ்ட் வுட்ரஃப். அப்போது கோக-கோலாவின் இயக்குனர் குழுவில் இடம் பெற்றிருந்த அவர், எக்காரணத்துக்காகவும் தன் மகனிடம் இந்தக் கம்பெனியை ஒப்படைத்துவிடக்கூடாது என்பதில் பிடிவாதமாக இருந்தார். 'அவன் சாதாரண கார் சேல்ஸ்மேன், அவனுக்கு, கோக-கோலாபற்றி என்ன தெரியும்?'

கோக-கோலாவின் மற்ற இயக்குனர்கள், எர்னஸ்ட் வுட்ரஃபை வினோதமாகப் பார்த்தார்கள், 'யோவ் பெருசு, உனக்கும் உன் மகனுக்கும் ஆயிரம் பிரச்னை இருக்கலாம், அதையெல்லாம் மனசில வெச்சுக்கிட்டு கோக-கோலா எதிர்காலத்தைப் பாழாக்கிடாதே, ஒத்திக்கோ, நவுரு' என்று சொல்லிவிட்டு, ராபர்ட் வுட்ரஃபுக்கு அழைப்பு அனுப்பிவிட்டார்கள்.

ராபர்டுக்கும் இந்தப் புதிய சவால் பிடித்திருந்தது. கார் விற்பதும், கோக-கோலா விற்பதும் ஒன்றாகிவிடாதுதான். ஆனாலும், இங்கே கற்றுக்கொண்ட விஷயங்களை அங்கே கொஞ்சம் முயன்றுபார்த்தால் என்ன தப்பு?

அதுமட்டுமில்லை. 'இந்தப் பிள்ளை உருப்படாது' என்று விரட்டிய அதே அப்பாவின் நிறுவனத்தில், தலைவராகக் கால் பதிக்கிற அபூர்வமான வாய்ப்பு. 'என்னம்மா கண்ணு? சௌக்யமா?' என்று நைனாவை நக்கலடிக்கிற சான்ஸைத் தவறவிடலாமா?

1923 ஏப்ரலில், கோக-கோலா நிறுவனத்தின் தலைவராகப் பொறுப்பேற்றுக்கொண்டார் ராபர்ட் வுட்ரஃப். அப்போது அவருக்கு வயது, முப்பத்தி மூன்றுதான்.

அதிக அனுபவம் இல்லாத ஓர் இளைஞரிடம் இந்த முக்கியமான பொறுப்பை ஒப்படைக்கிறோமே என்று கோக-கோலா இயக்குனர் குழு தயங்கவில்லை. அவருக்கு முழுச் சுதந்திரம் கொடுத்துவிட்டு ஒதுங்கி நின்றுகொண்டார்கள்.

அவர்களே நினைத்திருந்தாலும், ராபர்ட் வுட்ரஃபை யாராலும் கட்டுப்படுத்த முடிந்திருக்காது. அவருடைய சுபாவமே அப்படிதான். நினைப்பதைத்தான் செய்வார், ஆனால் சரியாகச் செய்வார், அந்த நம்பிக்கை இல்லாதவர்கள் வெளியே போய்விடலாம்.

கோக-கோலாவின் தலைமைப் பொறுப்பை ஏற்றதும் வுட்ரஃப் செய்த முதல் வேலை, உள்ளூர், சுற்றுவட்டாரப் பத்திரிகையாளர்கள் எல்லோரையும் அழைத்து, ஜில்லென்று ஒரு க்ளாஸ் கோக-கோலா கொடுத்து உபசரித்தார், 'இனிமேல் என் பெயரோ, புகைப்படமோ உங்கள் பத்திரிகையில் வரக்கூடாது' என்றார்.

வந்திருந்த பத்திரிகையாளர்கள் அவரை வியப்போடு பார்த்தார்கள். அவர்களுடைய இத்தனை வருட சர்வீஸில், வேறு எந்தப் பிரமுகரும் இப்படிச் சொன்னது இல்லை. 'என்னைப்பற்றி நிறைய எழுதுங்கள்' என்று கெஞ்சிய அல்ப ஜந்துகளைத்தான் அவர்கள் இதுவரை சந்தித்திருந்தார்கள்.

'மிஸ்டர் வுட்ரஃப், நிஜமாகத்தான் சொல்கிறீர்களா?' என்று ஒருவர் சந்தேகமாகக் கேட்டார்.

‘ஆமாம்’ ராபர்ட் வுட்ரஃப் குரலில் உறுதி தெரிந்தது, ‘பத்திரிகைப் பிரபலத்துக்கெல்லாம் எனக்கு நேரம் இல்லை, கோக-கோலாவில் செய்யவேண்டியது நிறைய இருக்கிறது, தயவுசெய்து என்னைத் தொந்தரவு செய்யாதீர்கள்’ என்றார்.

சொன்னதோடு நிறுத்தவில்லை. தன்னைப்பற்றிய விவரங்கள் பத்திரிகைகள், செய்தித்தாள்களில் வராதபடி பார்த்துக்கொள்வதற்காகவே ஒருவரை வேலைக்குச் சேர்த்தார் - எந்தக் கட்டுரையும் கோக-கோலாவைப்பற்றிதான் பேசவேண்டும், வேறு எந்தத் தனிநபரைப்பற்றியும் அல்ல.

1950ம் ஆண்டு, புகழ் பெற்ற ‘டைம்’ பத்திரிகை கோக-கோலாவின் அகில உலக வெற்றியைப்பற்றி ஒரு கட்டுரை வெளியிட்டது. அந்த இதழின் அட்டைப்படத்தில், அவர்கள் ராபர்ட் வுட்ரஃபின் புகைப்படத்தை வெளியிட விரும்பினார்கள்.

டைம் இதழின் அட்டையில் புகைப்படம் வெளியாவது மிகப் பெரிய கௌரவம். அந்த வாய்ப்புக் கிடைக்காதா என்று எல்லாத் துறைகளைச் சேர்ந்த பிரபலங்கள், அரசியல்வாதிகள், இவ்வளவு ஏன் சர்வ அதிகாரமும் கொண்ட ஆட்சியாளர்கள், முற்றும் துறந்த ஆன்மீகவாதிகள்கூட ரகசியமாக ஏங்குவதுண்டு.

ஆனால், வுட்ரஃபிடம் மட்டும் அவர்களுடைய பப்பு வேகவில்லை. ஆனானப்பட்ட டைம் இதழுக்கே, தன்னுடைய புகைப்படத்தை வெளியிடத் தருவதற்கு மறுத்துவிட்டார் அவர். எந்தவிதத்திலும் தனிநபர் போற்றுதலை அவர் அனுமதிக்கத் தயாராக இல்லை.

தலைவர் நாற்காலியில் உட்கார்ந்த சில தினங்களுக்குள், கோக-கோலாவின் விற்பனை ஏன் தடுமாறுகிறது என்று தீவிரமாக யோசிக்கத் தொடங்கியிருந்தார் ராபர்ட் வுட்ரஃப். ஏகப்பட்ட புள்ளிவிவரங்களைப் பிரித்துப்போட்டு மேய்ந்தார், விற்பனைப் பிரதிநிதிகள், மார்க்கெட்டிங் பொறுப்பாளர்கள், விளம்பர நிறுவனங்கள், பாட்லர்கள் என்று எல்லோரையும் நேரடியாகச் சந்தித்துப் பேசினார்.

அநேகமாக அமெரிக்காமுழுவதும் கோக-கோலா கிடைக்கிறது, எங்கே பார்த்தாலும் அதன் விளம்பரங்கள் தட்டுப்படுகின்றன. ஆனாலும், விற்பனை அதிகரிக்கவில்லை, பல பகுதிகளில் குறையத் தொடங்கியிருக்கிறது. ஏன்?

இப்படிப் பொதுவாகக் கேட்பதுடன் நிறுத்திக்கொள்ளாமல், குறிப்பிட்ட சில நேரடிக் கேள்விகளால் ஒவ்வொருவரையும் தோண்டித் துருவினார் ராபர்ட் வுட்ரஃப் - மற்ற பகுதிகளை விடுங்கள், உங்கள் ஏரியாவில் என்ன பிரச்னை? ஏன் உங்களுடைய கோக-கோலா விற்பனையில் தள்ளாட்டம்?

இந்தத் தீவிர விசாரணைகளால், பிரச்னையின் ஆணிவேர் சிக்கிவிட்டது. கடந்த இருபது வருடங்களாகத் தொடர்ந்து ஜெயித்துக்கொண்டிருக்கும் கோக-கோலா நிறுவனத்தால், அந்த வளர்ச்சியைச் சமாளிக்கமுடியவில்லை. அதுதான் எல்லாச் சிக்கலுக்கும் அடிப்படை என்றார் ராபர்ட் வுட்ரஃப்.

அதாவது, கோக-கோலா நிறுவனம் சிறிய அளவில் இருந்தபோது, எங்கே என்ன நடக்கிறது என்பதைக் கவனித்துக் கட்டுப்படுத்த முடிந்தது. ஆனால் இப்போது, அதே கம்பெனியின் பிரதிநிதிகள் அல்லது பிஸினஸ் கூட்டாளிகள் நாடுமுழுவதும் பரவியிருக்கிறார்கள். இவர்களில் யாரும் தப்பு செய்யாதபடி கண்காணிப்பது சாத்தியமில்லாமல் போய்விட்டது.

'அமெரிக்காவின் ஏதோ ஒரு மூலையில், ஒரே ஒரு பாட்லர் தவறு செய்தால்கூட, ஒரே ஒரு பாட்டிலில் கோக-கோலாவின் சுவை மாறினால்கூட, அதனால் கெடப்போவது ஒட்டுமொத்தக் கோக-கோலா நிறுவனத்தின் பெயர்தான்' என்றார் வுட்ரஃப். இந்தத் தவறுகளைக் குறைப்பதற்காக, தீவிரமான தரக் கட்டுப்பாட்டு வழிமுறைகளை அறிமுகப்படுத்தத் தீர்மானித்தார்.

வடக்கிலிருந்து தெற்கு, கிழக்கிலிருந்து மேற்கு, அமெரிக்காவின் எந்தப் பகுதியில் கிடைக்கிற கோக-கோலாவும், ஒரேமாதிரியான சுவையில் இருக்கவேண்டும். அதற்கு என்னவெல்லாம் செய்ய வேண்டியிருக்குமோ, அத்தனையும் செய்து முடித்தாகவேண்டும், எவ்வளவு செலவானாலும் பரவாயில்லை.

அடுத்தபடியாக, கோக-கோலா சிரப் விற்கிறவர்கள், அதோடு நம் கடமை முடிந்தது என்று சும்மா இருந்துவிடக்கூடாது. புதிய பாட்லர்கள், சோடா ஃபவுன்டைன் உரிமையாளர்களுக்குக் கோக-கோலா தயாரிப்பில் ஏற்படக்கூடிய சந்தேகங்களைத் தீர்த்துவைக்கவேண்டும், அவர்களுக்குத் தேவைப்படும் உதவிகளைச் செய்து தரவேண்டும்.

ராபர்ட் வுட்ரஃப் பேசுகையில், மற்றவர்கள் திறந்த வாய் மூடாமல் கேட்டுக்கொண்டிருந்தார்கள். அவர் சாதாரணமாக உரையாடுவதுகூட, கட்டளைபோல் மதிக்கப்பட்டது. மரியாதையை, கீழ்ப்படிதலைக் கேட்டுப் பெற்றுக்கொண்ட ஆளுமை அவருடையது.

அதன்பிறகு, கோக-கோலாவில் யாரும் ராபர்ட் வுட்ரஃபைப் பெயர் சொல்லி அழைப்பது கிடையாது. எல்லோரும் அவரை 'பாஸ்' (Boss) என்று குறிப்பிடத் தொடங்கினார்கள்.

'கோக-கோலாவின் விற்பனையை அதிகப்படுத்துவது, நம் ஒவ்வொருவருடைய பொறுப்பு' என்றார் பாஸ். இதற்காகப் பல புதுமையான வழிகளை அவரே அறிமுகப்படுத்தி, ஜெயித்தும் காண்பித்தார்.

மளிகைக் கடைகள், சோடா ஃபவுன்டைன்களில் மட்டும்தான் கோக-கோலா விற்கவேண்டுமா? மற்ற இடங்களில் எல்லாம் மக்களுக்கு தாகம் எடுக்காதா? அப்படி தாகம் எடுத்தால், அவர்கள் வேறு ஏதோ ஒரு குளிர்பானத்தைத்தானே வாங்கிக் குடிப்பார்கள்? அது கோக-கோலாவுக்கு மறைமுகமான இழப்புதானே?

இப்படி யோசித்த ராபர்ட் வுட்ரஃப், சினிமா தியேட்டர்கள், அலுவலகங்கள், பூங்காக்கள், சுற்றுலாத் தலங்கள், தொழிற்சாலைகள் என்று பல இடங்களில் கோக-கோலா கிடைக்கும்படி ஏற்பாடு செய்தார். இதன்மூலம், எப்போது வேண்டுமானாலும், எங்கு வேண்டுமானாலும் கோக-கோலா குடிக்கலாம் என்கிற எண்ணம் மக்கள் மனத்தில் உறுதிப்பட்டது.

அதுவரை கோக-கோலாவின் நிர்வாகப் பொறுப்பில் இருந்தவர்கள் எல்லோரும், சோடா ஃபவுன்டைன் பிஸினஸுக்கு மட்டும்தான் அதிக முக்கியத்துவம் கொடுத்தார்கள். பாட்டில் கோக-கோலாவை யாரும் அவ்வளவாகக் கண்டுகொள்ளவில்லை. இந்த மனோபாவம் எத்தனை தவறு என்பதை முதன்முறையாகப் புரிந்துகொண்டவர் ராபர்ட் வுட்ரஃப்தான்.

சோடா ஃபவுன்டைன்களில் கிடைக்கும் கோக-கோலா, டிகிரி காப்பிமாதிரி. சுவை அதிகம், ஆனால், சவுகர்யம் குறைச்சல்.

பாட்டில் கோக-கோலா அப்படியில்லை, அதை எங்கே வேண்டுமானாலும் சுலபமாகக் கொண்டுபோய் விற்பனை செய்யலாம். இந்த வசதிதான், வுட்ரஃபை மிகவும் கவர்ந்தது. பாட்டில் கோக-கோலாவை அடிப்படையாக வைத்து ஒரு பிரம்மாண்டமான விற்பனைத் திட்டம் தயார் செய்யத் தொடங்கிவிட்டார்.

அமெரிக்க மக்கள் எல்லோருக்கும், கோக-கோலா சுலபத்தில் கிடைக்கவேண்டும். அப்படிக் கிடைக்கிற கோக-கோலா, ஒரே மாதிரியான சுவையுடன் ஜில்லென்று ஜோராக இருக்கவேண்டும் - இந்த இரண்டையும் சரியாகச் செய்து முடித்துவிட்டால், வெற்றி பின்னாலேயே வரும் என்று உறுதியாக நம்பினார் வுட்ரஃப்.

அவர் நினைத்ததுபோலவே, அடுத்த சில ஆண்டுகளில் கோக-கோலா சிரப் விற்பனை கொஞ்சம் கொஞ்சமாக அதிகரித்தது. அதோடு விற்பனைக் கணக்கை நிறுத்திக்கொள்ளாமல், அமெரிக்காமுழுவதும் கோக-கோலா பாட்டில்கள் எங்கே, எப்படி, எவ்வளவு விற்பனையாகின்றன என்று கவனிக்கத் தொடங்கினார் வுட்ரஃப். பாட்லர்களுக்கு முழு ஒத்துழைப்பு கொடுத்து, அவர்களுக்கு வேண்டியதையெல்லாம் செய்து தந்தார்.

இதனால், சோடா ஃபவுன்டைன்களைவிட, கோக-கோலா பாட்டில்களில் அதிகம் விற்கத் தொடங்கியது. நான்கே

வருடங்களில் சரிந்து கிடந்த கோக-கோலா நிறுவனத்தை ராபர்ட் வுட்ரஃப் நிமிர்த்தி நிறுத்திவிட்டார்.

அவருடைய கனவு, அதோடு முடிந்துவிடவில்லை. அமெரிக்காவில் எங்கேயும், எப்போதும் கிடைக்கிற கோக-கோலா, இதேபோல் உலகம்முழுவதும் கிடைக்கவேண்டும், எல்லா நாடுகளைச் சேர்ந்த மக்களும் கோக-கோலாவைத் தங்களுடைய விருப்பத்துக்குரிய பானமாக ஏற்றுக்கொள்ளவேண்டும் என்று தனது அடுத்த திட்டத்தை முன்வைத்தார் வுட்ரஃப்.

'இதெல்லாம் நடக்கிற காரியமா?' என்று மற்றவர்கள் சிரித்தார்கள். சும்மா பெயருக்கு அக்கம்பக்கத்து நாடுகள் ஒன்றிரண்டில் கோக-கோலாவை விற்றுக் காசு பண்ணிவிட்டுச் சும்மா இருக்காமல், இது என்ன வீண் விளையாட்டு? ஓர் அமெரிக்க பானத்தை மற்ற நாட்டு மக்கள் எப்படி ஏற்றுக்கொள்வார்கள்? அநாவசியமாக இப்படி ஓர் அகலக் கால் முயற்சி தேவையா?

மற்றவர்கள் சொல்வதை ராபர்ட் வுட்ரஃப் எப்போதுதான் காது கொடுத்துக் கேட்டார்? அவர் ஒரு விஷயம் நினைத்துவிட்டால், அதுதான் உண்மை. வேறு எதுவும் இல்லை.

அமெரிக்காவுக்கு வெளியே, தற்போது கோக-கோலா எந்தெந்த நாடுகளில் கிடைக்கிறது என்கிற புள்ளிவிவரங்களைத் திரட்டினார் வுட்ரஃப். அங்கெல்லாம் விற்பனை எவ்வளவு, ஏன் அமெரிக்கா அளவுக்கு அந்த நாடுகளில் கோக-கோலா விற்பதில்லை என்று தீவிரமாக யோசிக்கத் தொடங்கினார்.

தாகம் என்பது, அமெரிக்காவுக்குமட்டும் சொந்தமான விஷயம் இல்லை. எல்லா தேசங்களைச் சேர்ந்த மக்களுக்கும் தாகம் எடுக்கிறது, அவர்களும் கைக்குக் கிடைக்கிற எதையோ பருகி தாகம் தணிந்துகொண்டிருக்கிறார்கள்.

அந்த 'எதையோ'வுக்குப் பதிலாக, கோக-கோலாவை அவர்கள்முன் நிறுத்தியாகவேண்டும் என்பதுதான் ராபர்ட் வுட்ரஃபின் திட்டம். ஆனால், இந்தத் திட்டத்தை யதார்த்தத்தில் நிறைவேற்றமுடியாதபடி சில சிக்கல்கள் இருந்தன.

அமெரிக்காவில் தயாராகும் கோக-கோலா பாட்டில்களைக் கப்பல் அல்லது விமானம்மூலம் வெளிநாடுகளுக்குக் கொண்டுசெல்வதென்றால், அதற்கு ஏகப்பட்ட செலவு பிடிக்கும். அத்தனை டாலர் செலவழித்து கோக-கோலாவை வெளியே அனுப்பினால், அதன் விலை பல மடங்கு அதிகரித்துவிடும். வெறும் ஒரு பாட்டில் குளிர்பானத்துக்கு இத்தனை விலையா என்று யாரும் அதைச் சீண்டமாட்டார்கள்.

அதற்குப்பதிலாக, வெறும் கோக-கோலா சிரப்பைமட்டும் ஏற்றுமதி செய்வது சிக்கனம். அதன்பிறகு, அந்தந்த வெளிநாடுகளிலேயே கோக-கோலாவைத் தயாரித்து பாட்டில்களில் அடைத்துக்கொண்டால், இப்போது அமெரிக்காவில் கிடைக்கிற அதே விலைக்குக் கோக-கோலாவை விற்பனை செய்யமுடியும்.

ஆனால், இதற்கெல்லாம் முதலீடு செய்வது யார்? கோக-கோலா நிறுவனமா ஒவ்வொரு ஊருக்கும் சென்று பாட்லிங் தொழிற்சாலைகளை ஏற்படுத்திக்கொண்டிருக்கமுடியும்? உள்ளூரில் யாரேனும் முன்வந்து முதலீடு செய்தால்தான் உண்டு.

ராபர்ட் வுட்ரஃப் தன்னால் இயன்ற அனைத்தையும் முயன்று பார்த்துவிட்டார். அப்போதும், அவர் எதிர்பார்த்ததுபோல் ஒவ்வொரு நாட்டிலும் ஆர்வம், பண பலம் கொண்ட உள்ளூர் பாட்லர்களைக் கண்டறிய முடியவில்லை.

இதனால், அமெரிக்காவில் எப்போதும்போல் விற்பனை அதிகரித்துக்கொண்டிருந்த கோக-கோலா, பிற நாடுகளில் அவ்வளவாக முன்னேறவில்லை. தன்னுடைய கனவு நிறைவேறாமலே போய்விடுமோ என்று கவலையில் ஆழ்ந்தார் ராபர்ட் வுட்ரஃப்.

இந்த நேரத்தில்தான், உலகம் இன்னோர் உலகப் போரைச் சந்திக்கவேண்டிய சூழ்நிலை ஏற்பட்டது. அதுவே, கோக-கோலாவின் அடுத்த கட்ட வளர்ச்சிக்கும் ஒரு மறைமுகக் காரணமாக அமைந்துவிட்டது!

9. ஒரு போர், ஒரு புரட்சி

‘ஆரியக் கூத்தாடினாலும், காசு காரியத்தில் கண் வைக்க வேண்டும்’ என்று ஒரு பழைய பாட்டு உண்டு. இந்த வாசகத்துக்கு நிஜமான சாட்சியாக வாழ்ந்தவர் ராபர்ட் வுட்ரஃப்.

அவருடைய தேசப் பற்றை யாரும் குறை சொல்லமுடியாது. இருப்பினும், அமெரிக்கா போருக்குச் சென்றபோதெல்லாம், அதில் தனக்குத் தொழில்ரீதியாகக் கொஞ்சமாவது ஆதாயம் இருக்கும்படி பார்த்துக்கொண்ட ‘பக்கா’ பிஸினஸ்மேன் அவர்.

முதல் உலகப் போர்க் காலகட்டத்தில், அவர் ஓர் ஆட்டோமொபைல் நிறுவனத்தில் விற்பனை மேலாளராகப் பணியாற்றிக்கொண்டிருந்தார். போர் தொடங்கியதும், அதில் நேரடியாகப் பங்குபெறுவதற்காகத் தன்னுடைய வேலையிலிருந்து விலகிவிட்டார்.

அப்போதும், அவருக்குள் இருந்த சேல்ஸ்மேன் தூங்கிவிடவில்லை. ராணுவப் பொருள்களைக் கொண்டுசெல்வதற்காகக் கனரக வாகனங்கள் பெரும் எண்ணிக்கையில் தேவைப்பட்டபோது, அந்த ஆர்டரைத் தன்னுடைய பழைய நிறுவனத்துக்குப் பெற்றுக்கொடுத்தார்.

பின்னர் இரண்டாவது உலகப் போர் தொடங்கியபோது, ராபர்ட் வுட்ரஃப் கோக-கோலாவின் தலைவராக ஜெயித்துக்கொண்டிருந்தார். கோக-கோலாவைப் பெரிய அளவில் வெளிநாடுகளுக்குக் கொண்டுசெல்வது எப்படி என்று அவர் யோசித்துக்கொண்டிருந்த நேரத்தில்தான், ஜப்பானின் தாக்குதலுக்குப் பதிலடியாக அமெரிக்காவும் போரில் குதித்தது.

மீண்டும் இன்னோர் உலகப் போரில் நேரடியாகப் பங்கேற்பதற்கு வுட்ரஃபின் வயது ஒத்துழைக்கவில்லை. ஆனாலும், இந்தப் போரில் அமெரிக்கா வெற்றி பெறுவதற்குத் தன்னால் இயன்ற அனைத்தையும் செய்யவேண்டும் என்று விரும்பினார் அவர்.

என்ன செய்யலாம்? சென்றமுறை ராணுவத்துக்கு கார், டிரக் விற்றோம், இந்தமுறை கோக-கோலா விற்றால் என்ன?

மற்ற அமெரிக்க இளைஞர்களைப்போலவே, அந்நாட்டு ராணுவத்தில் உள்ளவர்களும் கோக-கோலாப் பிரியர்களாக இருந்தார்கள். இதனால், மிலிட்டரி கேன்டீன்களில் மிக அதிகம் விற்பனையாகும் உணவுப் பொருள்களில் ஒன்றாக இடம் பிடித்திருந்தது கோக-கோலா.

இப்படி வருடம்முழுவதும் கோக-கோலா குடித்துப் பழகிய அமெரிக்க ராணுவத்தினர், இப்போது போர் காரணமாக வெளிநாடுகளுக்குச் செல்லவேண்டியிருந்தது. அங்கே அவர்களுக்கு, கோக-கோலா கிடைக்க வாய்ப்பில்லை.

'அமெரிக்க ராணுவம் எங்கெல்லாம் செல்கிறதோ, அங்கெல்லாம் கோக-கோலாவையும் அனுப்பிவைப்போம்' என்று அறிவித்தார் ராபர்ட் வுட்ரஃப். 'இதற்காக எங்களுக்கு என்ன செலவானாலும் பரவாயில்லை, வெறும் ஐந்து சென்ட் விலையில் ராணுவத்தினர் எல்லோருக்கும் கோக-கோலா கிடைக்கும், அதற்கு நான் பொறுப்பு.'

வுட்ரஃபின் இந்த அறிவிப்பைக் கேட்டதும், அமெரிக்க ராணுவ வீரர்களுக்கு வயிற்றில் ஜில்லென்று கோக-கோலா வார்த்ததுபோலிருந்தது. எங்கோ ஆப்பிரிக்காவிலும்,

ஐரோப்பாவிலும் காடு, மலை, கடல் என்று அலைந்து நொந்துகொண்டிருந்தவர்களுக்கு, இப்போது கோக-கோலா கிடைக்கப்போகிறது. அதுவும், உள்ளூர் விலையிலேயே.

நாட்டைப் பாதுகாக்கும் முக்கியமான கடமையில் ஈடுபட்டிருக்கிற ராணுவ வீரர்கள், ஓர் அல்பக் குளிர் பானத்துக்காக இப்படி சந்தோஷப்படுவார்களா என்று முகம் சுளிக்கவேண்டாம். அமெரிக்கர்களைப் பொறுத்தவரை, கோக-கோலா என்பது அவர்களுடைய பெருமைக்குரிய தேசிய அடையாளங்களில் ஒன்று. தாய்நாட்டுக்காகப் போராடுவதும், கோக-கோலாவுக்காகப் போராடுவதும் அவர்களுக்கு ஒன்றுதான்.

இதனால், கோக-கோலா வரப்போகிறது என்கிற செய்தி கிடைத்ததும், அமெரிக்க ராணுவ வீரர்கள் மேலும் அதிக உற்சாகத்துடன் போரிட்டார்கள். கடல் கடந்து, கோக-கோலா அவர்களுடைய கைகளை வந்தடைந்தபோது, பலருக்குச் சொந்த நாட்டையே மீண்டும் பார்ப்பதுபோல் மகிழ்ச்சி, ஆனந்தக் கண்ணீர்.

உலகமெங்கும் உள்ள அமெரிக்க ராணுவ வீரர்கள் எல்லோருக்கும் கோக-கோலா கிடைக்கும்படி ஏற்பாடு செய்யப் பட்டது. சாப்பாடு, துணிமணி, ஆயுதங்கள் அனுப்புகிறார்களோ இல்லையோ, எல்லா நாடுகளுக்கும் கோக-கோலா தவறாமல் அனுப்பப்பட்டது. அடுத்த சில ஆண்டுகளில், அமெரிக்க ராணுவத்தினர் சுமார் ஐம்பது கோடி கோக-கோலா பாட்டில்களைக் குடித்துத் தீர்த்தார்கள்.

ஆரம்பத்தில், ஐஸ்லாந்தில் கோக-கோலா பாட்டில்களைத் தயார் செய்து, அவற்றைக் கப்பல்கள் அல்லது விமானங்கள்மூலம் வெளிநாடுகளுக்கு அனுப்பிக்கொண்டிருந்தார்கள். போர்க்கால அத்தியாவசியப் பொருள்களில் ஒன்றாக அறிவிக்கப்பட்டிருந்த கோக-கோலாவை, யாரும் தடை செய்யவில்லை.

ஆனால் அதேசமயம், கோக-கோலா பாட்டில்களை இப்படி ஏற்றுமதி செய்வதற்குச் செலவு அதிகம் பிடித்தது. தவிர, அவை

ஏகப்பட்ட இடத்தை அடைத்துக்கொள்வதால், முக்கியமான வேறு சில ராணுவப் பொருள்களை அனுப்புவதில் சிரமம் ஏற்பட்டது.

அமெரிக்க ராணுவத்தினரால் 'எங்களுக்கு, கோக-கோலா வேண்டாம்' என்று மறுக்கமுடியவில்லை. இந்தப் பிரச்னையைச் சமாளிப்பதற்கு வேறு வழி உண்டா என்று யோசிக்கத் தொடங்கினார்கள்.

மொத்தமாக பாட்டில்களை அனுப்புவதுதானே பிரச்னை? கோக-கோலா சிரப்பைமட்டும் வெளிநாடுகளுக்கு அனுப்பிவிட்டு, அங்கேயே பாட்டில்களைத் தயார் செய்துகொண்டால் என்ன?

'செய்யலாம்தான். ஆனால், வெளிநாடுகளில், கோக-கோலா பாட்டில்களைத் தயார் செய்யும் தொழிற்சாலைகள் இல்லையே' என்றார் ராபர்ட் வுட்ரஃப்.

'நோ ப்ராப்ளம், உங்களுக்கு வேண்டிய சகல வசதிகளையும் நாங்கள் ஏற்படுத்தித் தருகிறோம்' என்றது அமெரிக்க ராணுவம், 'உலகமெங்கும் கோக-கோலா பாட்லிங் தொழிற்சாலைகளை உருவாக்குவது எங்கள் பொறுப்பு, அவற்றில் பணிபுரிவதற்குத் தகுதியுள்ள, அனுபவமுள்ள ஊழியர்களை மட்டும் நீங்கள் அனுப்பித் தாருங்கள் போதும்.'

கடந்த நான்கைந்து பத்திகளை, இன்னொருமுறை நிதானமாக வாசித்துப் பாருங்கள், சென்ற அத்தியாயத்துடன் ஒப்பிட்டுப் பாருங்கள், ராபர்ட் வுட்ரஃபின் ராஜ தந்திரம் புரியும்.

கோக-கோலாவைப் பல வெளிநாடுகளுக்குக் கொண்டு செல்லவேண்டுமானால், அந்தந்த நாடுகளில் பாட்லிங் தொழிற்சாலைகளை அமைப்பதுதான் ஒரே வழி என்று ஏற்கெனவே தீர்மானித்திருந்தார் வுட்ரஃப். அதைச் செய்து முடிப்பதற்குத்தான் சரியான பிஸினஸ் கூட்டாளிகள் கிடைக்கவில்லை.

இப்போது, அந்தப் பிரச்னையைத் தூக்கி ராணுவத்தின்

தலையில் போட்டாகிவிட்டது. சேவைக்குச் சேவையும் ஆச்சு, பிஸினஸுக்கு பிஸினஸும் ஆச்சு.

அன்புள்ள அமெரிக்கப் பட்டாளத்தார்களே, உங்களுடைய ஆள்கள் உலகம்முழுவதும் இருக்கிறார்கள். அவர்களுக்கு, கோக-கோலா வேண்டும். அப்படியானால், அதற்குத் தேவையான தொழிற்சாலைகளை நீங்கள்தான் கட்டித் தரவேண்டும், அவற்றில் உட்கார்ந்து கோக-கோலா தயாரிக்கும் வேலையைமட்டும் நாங்கள் பார்த்துக்கொள்கிறோம், சுபமஸ்து.

அமெரிக்க ராணுவத்தினரின் தாகம் தணிப்பதற்காகப் பாடுபடும் ராபர்ட் வுட்ரஃபின் தேசப் பற்றை(?)ப் பாராட்டிக் கொண்டாடிய அமெரிக்க ராணுவம், இந்த விஷயத்தில் அவருக்கு முழு ஒத்துழைப்பு கொடுத்தது. அவர் கேட்டுக்கொண்டபடி பல நாடுகளில் கோக-கோலா பாட்லிங் தொழிற்சாலைகள் அமைத்துத் தரப்பட்டன. அவற்றைப் பொறுப்பேற்று நடத்துவதற்காக, கோக-கோலாவின் ஊழியர்கள் கிளம்பிச் சென்றார்கள்.

இவர்கள் எல்லோருக்கும், ராணுவத்தில் *'Technical Observers'* என்ற விசேஷ அந்தஸ்து வழங்கப்பட்டது. அதாவது, இவர்கள் போரில் நேரடியாக ஈடுபடுவதில்லை. ஆனால், அதற்குத் தேவையான தொழில்நுட்ப(?) உதவிகளைச் செய்து தருவார்கள்.

இப்படிச் சுற்றிவளைத்தாலும், அடிப்படையில் இவர்களுடைய வேலை, அமெரிக்க ராணுவ வீரர்கள் எங்கெல்லாம் இருக்கிறார்களோ, அங்கெல்லாம் கோக-கோலா பாட்லிங் தொழிற்சாலைகளை அமைத்து நடத்துவது, ராணுவத்தினருக்குத் துப்பாக்கி ரவை தீர்ந்துபோனால்கூடப் பரவாயில்லை, கோக-கோலா சப்ளை நின்றுவிடக்கூடாது.

அமெரிக்க ராணுவம் செல்லும் இடமெல்லாம் கோக-கோலாவும் சென்றது. ராணுவ வீரர்கள் யூனிஃபார்ம் சகிதம் கோக-கோலாவை ஆசையோடு பருகுகிற புகைப்படங்களைத்

தனது விளம்பரங்களில் பயன்படுத்திக்கொண்டு 'நல்ல பிள்ளை' பெயர் வாங்கிக்கொண்டது கோக-கோலா.

பெயரை விடுங்கள். இரண்டாம் உலகப் போரின்மூலம் கோக-கோலாவுக்குக் கிடைத்த மிகப் பெரிய லாபம், உலகமெங்கும் பல நாடுகளில் பாட்லிங் தொழிற்சாலைகள். அதுவும் இலவசமாக.

போர் முடிந்தபிறகு, இந்த பாட்லிங் தொழிற்சாலைகளையெல்லாம் இடித்துப் போடவா முடியும்? கோக-கோலாவின் தேச சேவையைப் பாராட்டி, எல்லாத் தொழிற்சாலைகளையும் அவர்களுக்கே வழங்கிவிட்டது அமெரிக்கா.

ஒரு பைசா செலவழிக்காமல், தனக்குத் தேவைப்பட்ட வெளிநாட்டுத் தொழிற்சாலைகள் அனைத்தையும் சேர்த்துக்கொண்டுவிட்டார் ராபர்ட் வுட்ரஃப். போர்ச் சூழ்நிலை ஓரளவு மாறியதும், சுறுசுறுப்பாகக் கோக-கோலாவின் வெளிநாட்டு விரிவாக்கத்தில் முழு கவனம் செலுத்தத் தொடங்கினார் அவர்.

அமெரிக்கா பெரிய தேசம்தான். ஆனால், அதற்கு வெளியில் இருப்பதுதான் நிஜமான 'மெகா' மார்க்கெட். உலகம்முழுவதும் தாகம் கொண்ட மனிதர்கள், நாடுகள் நிறையவே இருக்கின்றன. அவை ஒவ்வொன்றிலும் அழுத்தமாகக் கால் பதிக்கவேண்டும், அங்கிருக்கும் உள்ளூர் பானங்களை விரட்டியடித்துவிட்டு, கோக-கோலாவுக்கு முதல் இடம் பெற்றுத் தரவேண்டும் என்கிற முனைப்புடன் பாடுபட்டார் ராபர்ட் வுட்ரஃப்.

இந்தச் சிந்தனைதான், மற்ற போட்டியாளர்களிடமிருந்து அவரை வேறுபடுத்திக் காண்பித்தது. மற்றவர்கள் உள்ளூர்ச் சந்தைக்குப் போராடிக்கொண்டிருக்கையில், கோக-கோலாமட்டும் அங்கேயும் ஜெயித்தது, வெளிநாட்டுச் சந்தையிலும் கால் பதித்து நடைபழகிக்கொண்டிருந்தது.

ஆரம்பத்தில், மற்ற நாடுகளைச் சேர்ந்த மக்கள் கோக-கோலாவை ஓர் அயல்நாட்டுத் தயாரிப்பாகத்தான் நினைத்தார்கள். அமெரிக்கக் குளிர்பானம் இங்கே ஏன் வரவேண்டும், நாம்

ஏன் உள்ளூர் பானங்களையெல்லாம் புறக்கணித்துவிட்டு, கோக-கோலாவைக் காசு கொடுத்து வாங்கிப் பருகவேண்டும் என்பதுபோன்ற கேள்விகள் பரவலாக எழுந்தன.

நியாயமான கேள்விகள்தான். ஆனால், அதைப் பார்த்துக்கொண்டிருந்தால் கல்லாப்பெட்டி நிறையாதே! கோக-கோலாவை அந்தந்த நாட்டு மக்கள் தங்களுடைய சொந்த பானமாகவே நினைக்கவேண்டும், அதற்கு நாம் என்ன செய்யமுடியும் என்று யோசிக்கத் தொடங்கினார் வுட்ரஃப்.

இன்றைக்கு இந்தியாவில் வெளியாகும் கோக-கோலா குழும விளம்பரங்களைப் பார்த்தால், முற்றிலும் நம் நாட்டு நட்சத்திரங்கள்தான் தென்படுகிறார்கள். வடக்கில் ஆமீர் கான், ஐஸ்வர்யா ராய், அல்லது தெற்கே விக்ரம், த்ரிஷா போன்றவர்கள் தோன்றி, 'கோக் குடிங்க, என்சாய் பண்ணுங்க' என்று உள்ளூர் பாஷையில் பேசும்போது, வாடிக்கையாளர்களுக்கு அதன் அமெரிக்க அடையாளம் முற்றிலுமாக மறைக்கப்படுகிறது. நம்ம ஊர் சமாசாரம் என்று தோன்றிவிடுகிறது.

இந்தத் தந்திரத்தை அறிமுகப்படுத்தியவரும், மிகச் சிறப்பாகப் பயன்படுத்தியவரும் ராபர்ட் வுட்ரஃப்தான். கோக-கோலா எங்கே சென்றாலும், அந்தந்த நாடுகள், மொழிகள், கலாசாரங்களுக்கு ஏற்ற உள்ளூர் விளம்பரங்கள், மார்க்கெட்டிங் உத்திகளைக் கொண்டுவரவேண்டும் என்பதில் அவர் உறுதியாக இருந்தார்.

இதன்மூலம், கோக-கோலா சிரப் அமெரிக்காவிலிருந்து வருகிறது, அதன்மூலம் கிடைக்கிற லாபத்தின் கணிசமான பங்கு அமெரிக்காவுக்குதான் திரும்பச் செல்கிறது என்பதுபோன்ற தகவல்கள் பின்னணியில் மறைந்தன. ஒவ்வொரு தேசத்தைச் சேர்ந்த மக்களும், அதைத் தங்களுடைய உள்ளூர்ப் படைப்பாகவே நினைக்க ஆரம்பித்தார்கள்.

இன்றைக்கு, கோக-கோலா நூற்றுக்கணக்கான நாடுகளில் கிடைக்கிறது. இந்த தேசங்களைச் சேர்ந்த யாரும்,

வெளிநாடுகளுக்குச் சென்றால், அங்கேயும் கோக-கோலா சின்னங்களைப் பார்ப்பார்கள். 'அட, நம்ம கோக-கோலா இங்கேயும் கிடைக்குதே' என்று ஆச்சர்யப்படுவார்கள்.

'நம்ம கோக-கோலா' - இந்த அடையாளத்தை உருவாக்குவதற்கு தான் ராபர்ட் வுட்ரஃப் பாடுபட்டார். இந்த மன நெருக்கத்தை வாடிக்கையாளர்கள் மனத்தில் உருவாக்கிவிட்டால், அதன்பிறகு அந்த நாட்டில் கோக-கோலா ஜெயிப்பதில் எந்தச் சிரமமும் இருக்காது.

இப்படி ஒவ்வொரு நாடாக ஜெயித்துக்கொண்டு சென்றாலே போதும், கோக-கோலா நிறுவனத்தின் வளர்ச்சி உறுதியாகிவிடும் என்று நம்பினார் வுட்ரஃப். அவர் நினைத்ததுபோல், உலக அளவில் கோக-கோலாவின் விற்பனை, லாபம் படிப்படியாக அதிகரித்தது. ஒருகட்டத்தில், தனது போட்டியாளர்கள் எல்லோரையும்விட இருமடங்கு அதிகமான எண்ணிக்கையில் விற்கத் தொடங்கியது கோக-கோலா.

இது மொத்தமும், ராபர்ட் வுட்ரஃபின் தனிப்பட்ட சாதனை என்றுதான் சொல்லவேண்டும். பல திறமைசாலி ஊழியர்கள் அவருக்குக் கைகொடுத்தார்கள் என்றாலும், அவருடைய தலைமைதான், ஒரு மிகப் பெரிய மாற்றத்தை உருவாக்கியது.

ராபர்ட் வுட்ரஃப் கோக-கோலாவின் தலைவராகப் பொறுப்பேற்றபோது, அதற்கு நல்ல எதிர்காலம் உண்டா, இல்லையா என்பது கொஞ்சம் சந்தேகமாகவே இருந்தது. அந்தச் சந்தேகத்தை உடைத்து வீசிவிட்டு, அசைக்கமுடியாத ஒரு முதல் இடத்துக்கு, கோக-கோலாவை அழைத்துச் சென்ற பெருமை வுட்ரஃபுக்கு உண்டு.

அதனால்தான், வுட்ரஃபுக்குப்பிறகு வந்த கோக-கோலா தலைவர்கள் யாரையும் சரித்திரம் நினைவில் வைத்துக் கொள்வதில்லை. அவர் செய்ததுதான் சாதனை. மற்றவர்கள் எல்லாம் அந்த அடித்தளத்தைப் பயன்படுத்திக்கொண்டு, அவருடைய பாதையில் பின்னால் நடந்துகொண்டிருந்தவர்கள். அவ்வளவுதான்.

*1954*ம் ஆண்டு, கோக-கோலாவின் செயல்பொறுப்புகளிலிருந்து ஓய்வு பெற்றார் ராபர்ட் வுட்ரஃப். அதன்பிறகும், தன்னுடைய கனவு நிறுவனத்தை இன்னொருவர் கையில் முழுமையாக ஒப்படைக்க அவருக்கு மனம் வரவில்லை. கோக-கோலா குழுமத்தின் செலவுகள் அனைத்தையும் கட்டுப்படுத்தும் விதமாக ஒரு குழுவை அமைத்து, அதன் தலைவராகப் பொறுப்பேற்றுக்கொண்டார்.

அடுத்த முப்பது வருடங்கள், யாரெல்லாம் கோக-கோலாவின் தலைவர்களாக இயங்கினார்கள் என்கிற தகவலுக்கு முக்கியத்துவமே இல்லை. காரணம், முன்னணியில் யார் இருந்தாலும், அவர்களுடைய ரிமோட் கன்ட்ரோல் வுட்ரஃப் கையில்தான் இருந்தது. யாரும் எந்த முக்கியமான முடிவையும், அவரைக் கலந்துகொள்ளாமல் எடுப்பதில்லை, எடுத்துவிடமுடியாது.

கடைசிவரை, வுட்ரஃபுக்கு யார்மேலும் முழு நம்பிக்கை வரவில்லை. அவரிடம் ஓரளவு நல்ல பெயர் வாங்கியவர் என்று பார்த்தால், எண்பதுகளின் தொடக்கத்தில் கோக-கோலா தலைவராக இயங்கத் தொடங்கிய ராபர்டோ கோஸ்வெடா *(Roberto Goizueta)*.

மேலாண்மை / நிர்வாகத்துறைப் படிப்போ, எந்தவிதமான முன் அனுபவமோ இல்லாத கோஸ்வெடா, கோக-கோலா நிறுவனத்தின் தலைவராகப் பொறுப்பேற்றதே ஒரு சுவாரஸ்யமான கதை. ஒருவிதத்தில், இதற்குப் பொறுப்பாளியாக அமைந்தவர், க்யூபா அதிபர் ஃபிடல் காஸ்ட்ரோ!

பக்கா கம்யூனிஸ்டான ஃபிடல் காஸ்ட்ரோவுக்கும், முதலாளித்துவத்தின் அடையாளமான கோக-கோலாவுக்கும் என்ன சம்பந்தம்? அவர் எப்படிக் கோக-கோலாவின் தலைவரைத் தீர்மானிக்கமுடியும்?

க்யூபாவில் நன்கு வசதியாக வாழ்ந்த குடும்பம் கோஸ்வெடா வினுடையது. அவர்களுக்கென்று சொந்தமாகத் தொழிற்சாலை

இருந்தது, கணிசமான லாபம் வந்துகொண்டிருந்தது. அவர் விரும்பினால், அங்கேயே ஒரு வேலையைப் பார்த்துக்கொண்டு நிம்மதியாக செட்டிலாகியிருக்கலாம்.

ஆனால், அப்படித் தந்தையின் நிழலில் வாழ்வது ராபர்டோவுக்குப் பிடிக்கவில்லை. தனக்கென்று ஓர் அடையாளம் வேண்டும் என்று விரும்பினார். வெளி நிறுவனங்களில் வேலைக்கு விண்ணப்பம் செய்யத் தொடங்கினார்.

அவருடைய நண்பர்களெல்லாம், இதற்காக அவரைக் கிண்டலடித்தார்கள். பின்னே? குடும்பத் தொழில், பரம்பரைச் சொத்து காத்திருக்கும்போது, யாராவது வெளியே கைநீட்டிச் சம்பளம் வாங்குவார்களா? பையனுக்குப் பைத்தியம்தான் பிடித்துவிட்டது என்று அவர்கள் முடிவு செய்துவிட்டார்கள்.

யார் என்ன சொன்னாலும், ராபர்டோ கோஸ்வெடா தன் முடிவில் உறுதியாக இருந்தார். அப்பாவின் சொத்து அவருக்கு, எனக்கான செல்வத்தை நான்தான் தேடிக்கொள்ளவேண்டும்.

ரசாயனத்துறையில் பட்டம் பெற்றிருந்த ராபர்டோவுக்கு, க்யூபாவின் கோக-கோலா நிறுவனத்தில் வேலை கிடைத்தது. உள்நாட்டு பாட்லிங் தொழிற்சாலைகளைக் கட்டமைக்கிற, பராமரிக்கிற பொறுப்பை ஏற்றுக்கொண்டார் அவர்.

இதன்மூலம் அவருக்குக் கிடைத்த சம்பளம் சொற்பமானதுதான். ஆனால், சொந்தமாகச் சம்பாதிக்கிறோம் என்கிற நிம்மதி அவருக்குப் போதுமானதாக இருந்தது. தவிர, படித்த படிப்புக்குத் தகுந்த, திருப்தியான வேலை, நல்ல மரியாதை.

எல்லாம் ஒழுங்காகத்தான் சென்றுகொண்டிருந்தது. க்யூபாவில் புரட்சி வெடித்து, ஃபிடல் காஸ்ட்ரோவும் அவருடைய கம்யூனிஸ்ட் கண்மணிகளும் ஆட்சியைப் பிடிக்கிறவரையில்.

காஸ்ட்ரோ அரசாங்கம், இல்லாதவர்களுக்கு எல்லாம் செய்ய விரும்பியது. அதற்காக, இருக்கிறவர்களின் அடிமடியில் கைவைத்தது. க்யூபாவின் பெரும் பணக்காரக் குடும்பங்கள்

அனைத்தும் குறிவைக்கப்பட்டன, அவர்களுடைய அசையும், அசையாச் சொத்துகள், வங்கி சேமிப்புகள், கடைசித் துண்டு ரொட்டிவரை எல்லாம் தேசியமயமாக்கப்பட்டது.

ஃபிடல் காஸ்ட்ரோவும், ராபர்டோ கோஸ்வெடாவும் ஒரே பள்ளியில் படித்தவர்கள். ஆனால், அவர்கள் படித்த காலகட்டமும் வேறு, சிந்தனையும் வேறு. காஸ்ட்ரோவின் கம்யூனிஸக் கொள்கைகளோடு, கோஸ்வெடாவால் எப்போதும் ஒத்துப்போக முடிந்ததில்லை.

காஸ்ட்ரோ அரசாங்கம், அடுத்ததாக கோக-கோலாவின் மீதுதான் கைவைக்கும் என்று ஊகித்தார் ராபர்டோ கோஸ்வெடா. அவர்களிடம் சிக்கித் திணறுவதைவிட, ராத்திரியோடு ராத்திரியாக க்யூபாவிலிருந்து வெளியேறிவிடலாம் என்று முடிவு செய்துவிட்டார்.

இப்போது, அவருடைய பரம்பரைச் சொத்தோ, குடும்பச் சேமிப்போ உதவவில்லை. கெமிக்கல் எஞ்சினியரிங் படிப்பும், கோக-கோலா வேலையும்தான் கைகொடுத்தது. குடும்பத்துடன் அமெரிக்காவில் குடியேறிய அவர், அங்குள்ள கோக-கோலா அலுவலகத்தில் தன்னுடைய பணிகளைத் தொடர்ந்தார்.

க்யூபாவில் அவர் ராஜாபோல் வாழ்ந்திருக்கலாம். ஆனால் இங்கே அமெரிக்காவில், அவர் ஓர் அகதி. உழைத்தால்தான் சாப்பாடு. ஏதேனும் பிரச்னையில் சிக்கி இருக்கும் வேலையைத் தொலைத்துவிட்டால் நடுத்தெருவில்தான் நிற்கவேண்டும்.

இயற்கையிலேயே நல்ல திறமைசாலியான ராபர்டோ கோஸ்வெடாவை, இந்த பயம் மேலும் தீவிரமாக இயங்கச் செய்தது. தன்னுடைய வேலையைக் காப்பாற்றிக்கொள்வதற்காகவேனும், அமெரிக்க கோக-கோலாவில் எல்லோருக்கும் தன்னுடைய முக்கியத்துவம் புரியவேண்டும் என்கிற வேகத்துடன் உழைக்கத் தொடங்கினார் அவர்.

சீக்கிரத்திலேயே, கோக-கோலா நிறுவனத்தின் பெரிய தலைகள் மத்தியில் அவருடைய பெயர் அடிபடத் தொடங்கியது. மேலும்

புதிய பொறுப்புகள் அவரைத் தேடி வந்தன. தொழில்நுட்பப் பொறியாளர் என்கிற நிலையிலிருந்து உயர்ந்து, மேலாளராக, நிர்வாகியாகச் செயல்படும் வாய்ப்புகள் அவருக்குக் கிடைத்தன.

இதன்மூலம் தனக்குக் கிடைத்த 'பெரிய' தொடர்புகளையெல்லாம், கோஸ்வெடா மிகச் சிறப்பாகப் பயன்படுத்திக்கொண்டார். படிப்படியாக, அவருக்கென்று ஓர் அந்தஸ்து மிகுந்த நெட்வொர்க் உருவாகிவிட்டது. கோக-கோலா அமெரிக்காவின் முக்கியப் பிரமுகர்கள் எல்லோருக்கும் அவருடைய பெயரும், திறமையும், இதுவரை அவர் சாதித்திருக்கிற விவரங்களும் பக்காவாகச் சென்று சேர்ந்துவிட்டன.

இப்படி ஒரே நேரத்தில், எல்லோரும் யாரோ ஒரு புதியவரைப்பற்றி உசத்தியாகப் பேசுகிறார்கள் என்றால், பாஸ் ராபர்ட் வுட்ரஃபுக்கு மூக்கில் வியர்க்காமல் இருக்குமா? 'யார் இந்த ராபர்டோ?' என்று அவரும் ஆவலோடு விசாரிக்கத் தொடங்கினார்.

அதன்பிறகுதான், வுட்ரஃபின் உள்வட்டத்தில், கோஸ்வெடாவுக்குத் துளியூண்டு இடம் கிடைத்தது. அடுத்த சில மாதங்கள் அவரோடு நெருங்கிப் பழகிய பாஸ், 'இந்த இளைஞருக்கு ஒரு நல்ல எதிர்காலம் இருக்கிறது' என்று நினைத்துக்கொண்டார்.

அந்த நேரத்தில், கோக-கோலா நிறுவனத்தின் உயர்மட்டங்களில் கடுமையான அதிகாரப் போர் நடந்துகொண்டிருந்தது. அடுத்த கோக-கோலா தலைவர் பதவிக்கு, ஏழெட்டுப் பேர் முட்டி மோதிக்கொண்டிருந்தார்கள்.

ராபர்டோ கோஸ்வெடாவும், அந்தக் குடுமிப்பிடிப் பட்டியலில் ஓர் இடம் பிடித்திருந்தார். ஆனால், அவரால் ஒட்டுமொத்தக் கோக-கோலாவுக்கும் தலைவராக முடியும் என்று யாரும் நினைக்கவில்லை.

காரணம், கோஸ்வெடாவுக்கு இதுவரை எந்த நிறுவனத்தையும் பொறுப்பேற்று நடத்திய அனுபவம் இல்லை. கோக-கோலாவின்

தலைமைப் பதவிக்கான போட்டியில் இருந்த மற்றவர்கள் பலர், வயதிலும் அனுபவத்திலும் அவரைவிட மூத்தவர்கள்.

அதுமட்டுமில்லை. கோக-கோலா ஒரு பக்கா அமெரிக்க நிறுவனம். அதற்கு அமெரிக்கர் இல்லாத ஒருவர் தலைவராக வருவது மிகவும் சிரமம்.

இப்படிப் பல விஷயங்கள் கோஸ்வெடாவுக்கு எதிராக இருப்பினும், பாஸ் ராபர்ட் வுட்ரஃபின் கடைக்கண் பார்வை அவர்மீதுதான் விழுந்தது. பலத்த போட்டிக்கு நடுவே, கோக-கோலாவின் தலைமைப் பொறுப்பை ஏற்றார் ராபர்டோ கோஸ்வெடா.

அப்போதும், அவர்மீது பலருக்கு நம்பிக்கை வரவில்லை. இந்த ஆள் அப்படி என்ன பெரிதாகச் செய்துவிடப்போகிறார் என்றுதான் அவரை நம்பாமல் பார்த்துக்கொண்டிருந்தார்கள்.

அவர்களுடைய சந்தேகங்களுக்கெல்லாம், அடுத்த பதினாறு வருடங்கள் மிகப் பொறுமையாக பதில் சொன்னார் ராபர்டோ கோஸ்வெடா!

10. சர்ச்சைகள், சச்சரவுகள்

கோக-கோலாவுக்கு, 'கோக்' (*Coke*) என்று ஒரு சுருக்கப் பெயர் உண்டு. இது எல்லோருக்கும் தெரிந்த விஷயம்.

அதே கோக-கோலாவுக்கு, 'டோப்' (*Dope*) என்கிற ஒரு செல்லப் பெயரும் இருக்கிறது. அந்தக் காலத்தில் சோடா ஃபவுன்டைன்களுக்கு வருகிறவர்களில் பலர், 'கோக-கோலா வேண்டும்' என்று கேட்கமாட்டார்கள், 'ஒரு டோப் கொடுங்கள்' என்றுதான் அதனைக் குறிப்பிடுவார்கள்.

'கோக்' என்ற பெயரை பகிரங்கமாகப் பிரபலப்படுத்தும் கோக-கோலா நிறுவனம், 'டோப்' என்ற அதன் இன்னொரு பெயரைமட்டும் ரகசியமாக மறைத்துவைத்திருக்கிறது. இந்த விஷயம் அதிகப் பேருக்குத் தெரியாதபடி பார்த்துக்கொள்கிறது.

காரணம், ஆங்கிலத்தில் 'டோப்' என்றால் போதை மருந்து என்று அர்த்தம்!

நினைத்துப்பார்ப்பதற்கே கலவரமாக இருக்கிறதில்லையா? கோக-கோலாவை ஏன் சிலர் 'டோப்' என்று பெயரிட்டு அழைக்கவேண்டும்? அது என்ன போதைப் பொருளா?

இந்தக் கேள்விக்கு நியாயமான பதில் வேண்டுமானால், கோக-கோலாவின் ஒட்டுமொத்தச் சரித்திரத்தையும் புரட்டிப் பார்த்தாகவேண்டும். ஏனெனில், ஒவ்வொரு காலகட்டத்திலும், கோக-கோலாவில் போதைப் பொருள்கள் கலந்திருக்கின்றனவா, இல்லையா என்கிற சர்ச்சை எழுந்து, அடங்கியிருக்கிறது.

கொஞ்சம் கோக்காவும், மிச்சம் கோலாவும் கலந்து தயாரிக்கப்பட்டதுதான் கோக-கோலா என்று ஏற்கெனவே பார்த்திருக்கிறோம். அந்தக் கோக்கா இலைகளில், கொக்கைன் என்கிற போதையூட்டும் சமாசாரம் இருப்பதையும் குறிப்பிட்டிருக்கிறோம்.

ஆக, ஆரம்ப காலத்து கோக-கோலாவில் கொக்கைன் இருந்தது உண்மை. அது எந்த அளவு என்பதெல்லாம் இரண்டாம்பட்சம். ஆனால், கோக-கோலாவின் ஆதி ஒரிஜினல் ஃபார்முலாவில் கொக்கைனும் நிச்சயமாக உண்டு.

கோக-கோலாவின் அதிகாரபூர்வமான சரித்திரத்தை எடுத்துப் பார்த்தால், எங்களுக்கும் கொக்கைனுக்கும் எந்தவிதமான சம்பந்தமும் இல்லை என்று சத்தியம் செய்கிறார்கள். தங்களுடைய பானத்தில் ஒருபோதும் கொக்கைன் அல்லது வேறு போதைப் பொருள்கள் இடம்பெற்றதில்லை என்பது அவர்களுடைய கட்சி.

ஆனால் உண்மையில், 1886 தொடங்கி, 1901வரையிலான சுமார் பதினைந்து ஆண்டுகளுக்கு, கோக-கோலாவில் கொக்கைனும் கலந்திருந்ததைப் பல ஆய்வாளர்கள் உறுதி செய்திருக்கிறார்கள். இதற்குப் பக்காவான நீதிமன்றச் சாட்சியங்களெல்லாம்கூட உண்டு.

பிறகு ஏன் கோக-கோலா நிறுவனம் வேலை மெனக்கெட்டு இந்தத் தகவலை மறைக்கவேண்டும்? ஆமாம், ஒருகாலத்தில் எங்களுடைய பானத்தில் கொக்கைன் இருந்தது, அதன்பிறகு நீக்கிவிட்டோம் என்று உண்மையை ஒப்புக்கொண்டால் என்ன குடியா மூழ்கிவிடும்?

குடி இல்லை, பிராண்ட் மதிப்பு, நல்ல பெயர், மரியாதை அத்தனையும் மூழ்கிப்போய்விடும். இந்த விஷயத்தில் கோக-கோலா நிறுவனம் நிறையவே அடிபட்டு, அனுபவப்பட்டிருக்கிறது. அதனால்தான், 'கொக்கைனா? எங்களுக்கு ஒன்றும் தெரியாதே' என்று அப்பாவித்தனமாகக் கைவிரிக்கவேண்டிய கட்டாயம் அவர்களுக்கு ஏற்பட்டிருக்கிறது.

கோக-கோலா அறிமுகமானவுடனேயே, 'இந்தப் பானத்தில் ஏதோ விசேஷமாக இருக்கிறது' என்கிற பேச்சு பரவத் தொடங்கிவிட்டது. ஏராளமான அமெரிக்கர்கள் அதன் சுவைக்கு உடனடி ரசிகர்களானார்கள், இவர்களில் பலர் நிரந்தர வாடிக்கையாளர்களாக, கிட்டத்தட்ட அந்தப் பானத்தின் அடிமைகளாகவே மாறிவிட்டார்கள்.

சாதாரணமாக, மக்கள் போதைப் பொருள்களுக்குதான் அடிமையாவார்கள். அது இல்லாவிட்டால் வாழ்க்கையே இல்லை என்பதுபோல் நடந்துகொள்வார்கள், அதற்காக எதையும் இழக்கத் தயாராக இருப்பார்கள்.

இந்த அம்சங்கள் அனைத்தும், கோக-கோலா ரசிகர்களிடமும் காணப்பட்டதால், பலருக்குச் சந்தேகம் எழுந்தது. கோக-கோலாவில் ஏதேனும் போதைப் பொருள் கலந்திருக்கிறதா என்று இவர்கள் விசாரித்தபோது, கொக்கைன் சமாசாரம் தெரியவந்தது.

அவ்வளவுதான். அமெரிக்கப் பத்திரிகைகளும் மருத்துவ நிபுணர்களும் அலறிவிட்டார்கள். கோக-கோலாவுக்கு எதிராக ஒரு தீவிரப் பிரசார இயக்கம் உடனடியாகத் தோன்றியது.

ஐயா மஹாஜனங்களே, கோக-கோலா என்ற பெயரில் உங்கள் பிள்ளைகள் போதை மருந்துக்கு அடிமையாகிக் கொண்டிருக்கிறார்கள். கோக-கோலா பழக்கத்தால் மக்களிடையே முரட்டுத்தனம் அதிகரிக்கிறது, ஒழுங்காக வேலை செய்துகொண்டிருந்தவர்கள்கூட, இதனால் கவனம் சிதறி நாசமாய்ப் போகிறார்கள். ஆகவே, நாம் எல்லோருமாகச் சேர்ந்து

கோக-கோலாவைப் புறக்கணிக்கவேண்டும், நம் தலைமுறை உருப்படுவதற்கு இதைத்தவிர வேறு வழியே கிடையாது!

இந்த வாதங்களைக் கேட்டதும், கோக-கோலா நிறுவனத்தினர் தலையில் அடித்துக்கொள்ளாத குறைதான். தங்களுடைய தரப்பு நியாயங்களை விளக்கி, அவர்களும் ஓர் அறிக்கை வெளியிட்டார்கள்.

கோக-கோலாவின் ஃபார்முலாவில், நிறைய சர்க்கரைத் தண்ணீரும், சில ரசாயனங்களும் இருக்கின்றன. அந்த ரசாயனங்களில் இத்தனூண்டு கொக்கைனும் இடம் பெற்றிருக்கிறது. அதற்காக மொத்த கோக-கோலாவையும் போதை மருந்து என்று சொல்வது அபத்தம்.

நீங்கள் நினைப்பதுபோல், ஒருவர் கோக-கோலாவை அருந்தி, அவருக்குப் போதை ஏறவேண்டுமானால், அவர் ஒன்று, இரண்டு இல்லை, முழுசாக முப்பது பாட்டில்களுக்குமேல் ஒரே நேரத்தில் குடித்தாகவேண்டும். மற்றபடி அவ்வப்போது தாகத்துக்குக் கோக-கோலா குடிப்பதால் உடம்புக்கு எந்தப் பிரச்னையும் வந்துவிடாது, கவலைப்படாதீர்கள். கோக் குடித்து என்சாய் செய்யுங்கள்!

இப்படி முழ நீளத்துக்கு கோக-கோலா நிறுவனம் அறிக்கை வெளியிட்டு என்ன புண்ணியம்? யாரும் அதை நம்புவதாக இல்லை. கோக-கோலாவில் கொக்கைன் கலந்திருக்கிறது. ஆகவே, அது ஒரு போதைப் பொருள். அவ்வளவுதான்!

மக்களில் பெரும்பாலானோர் இப்படி நினைக்கத் தொடங்கி விட்டதால், கோக-கோலாவின் விற்பனை உடனடியாக அடிவாங்கியது. இந்த விஷயம் உண்மையா, பொய்யா என்றுகூடப் பலர் யோசிக்கவில்லை. 'எதற்கு வம்பு?' என்று வேறு பானங்களுக்குத் தாவத் தீர்மானித்துவிட்டார்கள்.

இந்த அதிர்ச்சியிலிருந்து சுதாரிப்பதற்குள், கோக-கோலா நிறுவனத்துக்கு அடுத்த அடி - கோக-கோலாவில் கலந்திருக்கும் கொக்கைனை நீக்கவேண்டும், அல்லது அதன் விற்பனைக்குத்

தடை விதிக்கவேண்டும் என்று நீதிமன்றத்தில் வழக்குத் தொடரப்பட்டது.

இதைத் தொடர்ந்து, 1901ம் ஆண்டு, கோக-கோலாவில் கலந்திருக்கும் சிறிய அளவும் கொக்கைன் நீக்கப்பட்டுவிட்டது. அன்றிலிருந்து இன்றுவரை, கொக்கைன் நீக்கப்பட்ட கோக்கா இலைகள்தான் கோக-கோலா தயாரிப்புக்குப் பயன்படுத்தப்படுகின்றன.

இப்படியாக எப்படியோ கொக்கைன் சர்ச்சையிலிருந்து ஒருவழியாக தப்பிப் பிழைத்துவிட்டது கோக-கோலா. ஆனால், சில ஆண்டுகளுக்குப்பிறகு, காஃபைன் விவகாரத்தில் மாட்டிக்கொண்டது.

கொக்கைன்போல, காஃபைன் போதைப் பொருள் அல்ல. ஆனாலும், அது உடல்நலத்துக்குக் கேடு விளைவிக்கக்கூடியது என்கிற அடிப்படையில், கோக-கோலாமீது ஏகப்பட்ட குற்றச்சாற்றுகள் வீசப்பட்டன.

கோக-கோலாக்காரர்கள் நொந்துபோய்விட்டார்கள், ஒரு கப் காஃபி அல்லது டீயில் எவ்வளவு காஃபைன் இருக்குமோ, அதைவிடக் குறைந்த அளவுதான் கோக-கோலாவில் இருக்கிறது. காஃபி, டீயை அனுமதிக்கிறவர்கள் ஏன் கோக-கோலாமீது இப்படிக் கொலைவெறியோடு பாய்கிறார்கள்?

அவர்கள் இப்படிப் புலம்புவதால், எதுவும் மாறிவிடவில்லை. அமெரிக்க உணவுச் சட்டத்தின்கீழ், மீண்டும் கோக-கோலா நிறுவனத்தின்மீது வழக்குத் தொடரப்பட்டது. கோக-கோலாவில் கலந்துள்ள காஃபைனால், அதைப் பருகுகிறவர்களின் உடல்நலத்துக்கு எந்தப் பிரச்னையும் வராது என்று நிரூபித்தாகவேண்டிய கட்டாயம் அவர்களுக்கு ஏற்பட்டுவிட்டது.

ஒட்டுமொத்த அமெரிக்காவும், மிகுந்த ஆர்வத்துடன் வேடிக்கை பார்த்த வழக்கு அது. ஒருபக்கம், கோக-கோலா வழக்கறிஞர்கள் அதில் கலந்திருக்கும் காஃபைன் அளவு மிகக் குறைவு, அதனால் யாருக்கும் எந்தப் பாதிப்பும் வர வாய்ப்பில்லை என்று

வாதிட்டார்கள். இன்னொருபக்கம், மருத்துவ நிபுணர்கள் கோக-கோலா பழக்கத்தின் தீய விளைவுகளைப்பற்றிப் பக்கம்பக்கமாகப் பேசினார்கள்.

வேடிக்கையான விஷயம், இந்த இரண்டு கட்சிகளாலும், தங்களுடைய தரப்பு நியாயத்தைச் சந்தேகத்துக்கிடமின்றி நிரூபிக்கமுடியவில்லை. காஃபைன் ஹீரோவா, அல்லது வில்லனா என்று தெரியாமலே நீதிமன்றத்தில் தினசரி காமெடி காட்சிகள் அரங்கேறிக்கொண்டிருந்தன.

அதேசமயம், இந்தச் சர்ச்சையால் கோக-கோலாவின் பெயர் மிகவும் கெட்டுப்போயிருந்தது. காஃபைன்பற்றி எல்லோரும் ஏதேதோ விவகாரமாகச் சொல்கிறார்களே, பேசாமல் கோக-கோலாவைத் தவிர்த்துவிடலாமா என்று பல அமெரிக்கர்கள் யோசிக்கத் தொடங்கியிருந்தார்கள்.

இதனால், இந்த வழக்கைச் சீக்கிரத்தில் முடித்து, அநாவசியக் கெட்ட பெயரில் இருந்து விடுபடவேண்டிய அவசியம் கோக-கோலாவுக்கு ஏற்பட்டது. தங்களுடைய பானத்தில் இருக்கும் காஃபின் அளவைக் குறைத்துக்கொள்வதாக அவர்கள் ஒப்புக்கொண்டார்கள்.

அதன்பிறகும், சர்ச்சை முழுவதுமாக ஓயவில்லை. இன்றுவரை, கோக-கோலாவில் இருக்கும் காஃபைன் நல்லதா, கெட்டதா என்கிற காஃபி, டாஃபி விவாதங்கள் முடியாமல் தொடர்ந்துகொண்டிருக்கின்றன. இப்போதும், கோக-கோலா பாட்டில்களில் *"CONTAINS CAFFEINE"* என்கிற கொட்டை எழுத்து வாசகத்தைப் பார்க்கமுடியும்.

கொக்கைன், காஃபைன் மட்டுமல்ல, கோக-கோலா ஃபார்முலாவில் இடம்பெற்றிருந்த ஒவ்வொரு பொருளும், ஏதேனும் ஒரு சர்ச்சைக்கு வழிவகுத்திருக்கிறது. உதாரணமாக, சர்க்கரைக்குப் பதிலாக அவர்கள் பயன்படுத்திய செயற்கை இனிப்புகளைக் குறிப்பிடலாம்.

கோக-கோலா தயாரிப்பில் பயன்படுத்தப்படும் மற்ற பொருள்களோடு ஒப்பிடுகையில், சர்க்கரை விலை மிகவும்

அதிகம். ஆகவே, செலவை மிச்சப்படுத்துவதற்காக, குளிர்பானத் தயாரிப்பில் ஏதேனும் ஒரு ரசாயன இனிப்புப் பொருளைப் பயன்படுத்தும் வழக்கம் ஏற்பட்டது.

சில மாதங்கள் கழித்து, இந்த ரசாயனப் பொருள்களால், ஏதேனும் தீவிரப் பின்விளைவுகள் ஏற்படுகிறது, வாடிக்கையாளர்களின் உடல்நலத்துக்குத் தீங்கு வருகிறது என்று யாராவது கண்டறிந்து சொல்வார்கள். உடனடியாக, கோக-கோலாமீது வழக்குத் தொடரப்படும். அதன்பிறகு, 'ஐயாம் ஸாரி' என்று அசடு வழிந்துவிட்டு, வேறொரு செயற்கை இனிப்புக்குத் தாவுவார்கள்.

இந்தக் கதை ஒருமுறை, இரண்டுமுறை அல்ல, பலமுறை நடந்திருக்கிறது. கோக-கோலாமட்டுமில்லை, அநேகமாக எல்லாக் குளிர்பானத் தயாரிப்பாளர்களும் இப்படிப்பட்ட விவகாரங்களில் மாட்டியிருக்கிறார்கள்.

ஆனால், கோக-கோலா உலகின் நம்பர் ஒன் என்பதால், திடீர்ப் புகழ் விரும்புகிற எல்லோரும் அதைத் தாக்குவது வழக்கமாகிவிட்டது. கோக-கோலா குடித்தால் பல் உடையும், தலைமுடி உதிரும், வயிற்றுப்போக்கு வரும், ஆண்மை குறையும் என்று எதையாவது கொளுத்திப்போட்டால், பத்திரிகைகள், செய்தித்தாள்கள், தொலைக்காட்சிகள் அவர்களுக்கு உடனடி முக்கியத்துவம் தருகின்றன. அவர்கள் சொல்வது உண்மையா, பொய்யா என்கிற விஷயம்கூட பின்னுக்குத் தள்ளப்பட்டு, கோக-கோலாவுக்கு ஒரு வில்லன் பிம்பம் கிடைத்துவிடுகிறது.

உதாரணமாக, 'கோக-கோலா பாட்டிலுக்குள் பூச்சி ஒன்று செத்துக் கிடந்தது', அல்லது 'மென்று துப்பிய ஒரு பபிள் கம் மிதந்துகொண்டிருந்தது' என்று ஒருவர் குற்றம் சாற்றினால், உடனடியாக அந்தச் செய்தி உலகம்முழுவதும் பரவுகிறது. 'இப்படிப்பட்ட கோக-கோலாவையா நீங்கள் குடிக்கிறீர்கள்?' என்கிற கேள்வி எழுப்பப்படுகிறது.

இதுபோன்ற விஷயங்கள், கோக-கோலா நிறுவனத்தின் நேரடிக் கட்டுப்பாட்டில் இல்லை என்பதுதான் உண்மை. காரணம்,

அவர்கள் விற்பது சிரப் மட்டும்தான். நாம் கடையில் வாங்கிக் குடிக்கிற கோக-கோலா பாட்டில் அல்லது கேன் தயார் செய்வது வேறு யாரோ.

இப்படிப்பட்ட தவறுகள் நடக்காதபடி உறுதி செய்துகொள்வது கோக-கோலாவின் பொறுப்புதான். அதேசமயம், உலகம்முழுக்க உள்ள பாட்லிங் தொழிற்சாலைகள் அனைத்தையும் அவர்களால் நேரடியாகக் கண்காணிக்கவும் முடியாது.

இதனால் என்ன ஆகிறது? உள்ளூர் பாட்லிங் தொழிற்சாலையில் தர ஒழுங்குகள் முறைப்படி பின்பற்றப்படாவிட்டால், சுத்தம் பேணப்படாவிட்டால், அங்கே பாட்டில் செய்யப்பட்டு வெளியே வரும் கோக-கோலாவில் பூச்சி என்ன, அலாவுதீன் அல்லது ஜீ-பூம்பா பூதமே கிடந்தாலும் ஆச்சர்யப்படுவதற்கில்லை.

சில ஆண்டுகளுக்குமுன்பு, கோக-கோலாவில் பூச்சிக்கொல்லி மருந்துகள் கலக்கப்படுகின்றன என்று நம் ஊரில் ஒரு சர்ச்சை கிளம்பியதே. அதுவும் இந்த வகையைச் சேர்ந்ததுதான்.

கோக-கோலா சிரப்பில் ஏகப்பட்ட ரசாயனங்கள் உண்டு. அதில் பூச்சிக்கொல்லி மருந்து கலக்கப்பட்டிருக்க வாய்ப்புகள் குறைவு. அப்படி நிகழ்ந்திருந்தால், உலகம்முழுவதும் கிடைக்கிற அனைத்து கோக-கோலாக்களிலும் பூச்சிக்கொல்லி ரசாயனங்கள் கலந்திருக்கவேண்டும்.

அப்படியில்லாமல், இந்தியாவில் கிடைக்கும் கோக-கோலாக்களில் மட்டும்தான் இந்தப் பிரச்னை என்றால், அது உள்ளூர் பாட்லிங் தொழிற்சாலைகளில் ஏற்பட்ட கோளாறாக இருக்கலாம். அல்லது கோக-கோலா தயாரிக்கப் பயன்படுத்தப்படும் தண்ணீர் மாசுபட்டிருக்கலாம்.

இதுபோல் ஆயிரம் சமாதானம் சொன்னாலும், வாடிக்கையாளர்களைப் பொறுத்தவரை, அவர்கள் குடிப்பது கோக-கோலா. அதில் ஏதேனும் பிரச்னை இருந்தால், அதைச் சரிசெய்யவேண்டியது, இனிமேல் அப்படி நிகழாமல் பார்த்துக்கொள்ளவேண்டியது கோக-கோலா நிறுவனத்தின் நேரடிப் பொறுப்புதான்.

இதனால்தான், பூச்சிக்கொல்லி மருந்து விவகாரத்தில் கோக-கோலா செமையாக மாட்டிக்கொண்டது. இந்திய வாடிக்கையாளர்களில் பெரும்பாலானோருக்கு கோக-கோலா மீது நம்பிக்கை போய்விட்டது, இதனால் விற்பனையில் மிகப் பெரிய சரிவு. 'கோக-கோலா பரிசுத்தமானது, எங்களை நம்புங்கள்' என்று அவர்கள் விதவிதமாக விளம்பரங்களை வெளியிட்டும், பெரிதாகப் பிரயோஜனம் இல்லை.

ஐம்பதுகளின் முற்பகுதியில் இந்தியாவுக்கு அறிமுகமானது கோக-கோலா. அடுத்த கால் நூற்றாண்டு காலத்துக்கு அவர்கள் இங்கே தனி ராஜாங்கம் நடத்திக்கொண்டிருந்தார்கள்.

இந்தியா வெப்பமான நாடு, மக்கள் தொகை அதிகம் கொண்ட நாடு, வெப்பம் அதிகம் என்றால், தாகமும் அதிகம். இப்படிப் பல கோடி மக்கள் வருடம்முழுவதும் தாகத்தோடு தவிக்கிறார்கள் என்றால், அந்த இடம்தானே கோக-கோலாவுக்குச் சொர்க்கம்?

கோக-கோலாவுக்கு வசதியாக, அப்போது உள்ளூர்க் குளிர் பானங்கள் எவையும் அவ்வளவாகப் பிரபலமடையவில்லை. இளநீர், மோர் இன்னபிற இயற்கைப் பானங்கள் எல்லாம், அந்தந்தத் தெரு அல்லது ஏரியாவுக்குள்ளாகவே அடங்கிவிடுகின்றன.

தன்னுடைய மிகப் பெரிய வாய்ப்பை உணர்ந்துகொண்ட கோக-கோலா இந்தியாமுழுவதும் பெரிய அளவில் விளம்பரங்கள் செய்து தனது குளிர்பானங்களை விற்கத் தொடங்கியது. அதிகப் போட்டி இல்லாததால், சந்தையின் பெரும்பகுதியை வளைத்துப் போட்டுவிட்டார்கள்.

சாதாரணமாகவே நம்மவர்களுக்கு மேற்கத்திய மோகம் அதிகம். ஆகவே, ஓர் அமெரிக்க பானத்தை ஏற்றுக்கொள்வதில் அவர்கள் தயக்கம் காட்டவில்லை. பின்னாள்களில் கோக-கோலாவுக்குத் 'தண்டா' என்று ஓர் இந்தியப் பெயர்கூடச் சூட்டப்பட்டிருக்கிறது.

1977ம் ஆண்டு, மொரார்ஜி தேசாய் தலைமையிலான ஜனதா

அரசாங்கம் இந்தியாவின் ஆட்சிப் பொறுப்பை ஏற்றது. பதவிக்கு வந்ததும், அவர்கள் செய்த முதல் வேலைகளில் ஒன்று, இந்தியாவில் அயல்நாட்டு நிறுவனங்களின் முதலீடுகளைக் கட்டுப்படுத்துவது.

இதற்காக, ஃபெரா (*FERA - Foreign Exchanges Regulation Act*) என்கிற சட்டம் பயன்படுத்தப்பட்டது. இதன்படி, இந்தியாவில் தொழில் தொடங்கியுள்ள வெளிநாட்டு நிறுவனங்கள் அனைத்தும், அவற்றில் பெரும்பகுதியை உள்ளூர் முதலீட்டாளர்களின்வசம் ஒப்படைக்கவேண்டும்.

அதாவது, கோக-கோலாவின் இந்தியப் பிரிவில், சுமார் அறுபது சதவிகிதம் இந்தியர்களின் கட்டுப்பாட்டில் இருக்கவேண்டும். இல்லாவிட்டால், அவர்கள் இங்கிருந்து வெளியேறவேண்டியதுதான்.

இதுபற்றித் தீவிரமாக யோசித்துப் பார்த்த கோக-கோலா, தன்னுடைய நிறுவனத்தின் கட்டுப்பாட்டை, தொழில்நுட்பத்தை, யாரோ சில மூன்றாம் நபர்களிடம் ஒப்படைப்பதற்கில்லை என்று முடிவு செய்தது. அதற்காக, இந்தியா என்கிற மிகப் பெரிய சந்தையிலிருந்து வெளியேறவேண்டியிருந்தாலும் பரவாயில்லை என்று அவர்கள் தீர்மானித்துவிட்டார்கள்.

இதற்கு இன்னொரு சுவாரஸ்யமான காரணமும் சொல்லப் படுகிறது. கம்யூனிஸக் கொள்கைகளைக் கொண்ட ஜனதா அரசாங்கம், கோக-கோலா தனது ரகசிய ஃபார்முலாவைத் தங்களிடம் வெளிப்படுத்தவேண்டும் என்று விரும்பியதாகவும், அதற்குச் சம்மதிக்காமல் கோக-கோலா வெளியேற முடிவு செய்துவிட்டதாகவும் பெரும்பாலான அமெரிக்க ஊடகங்கள் தெரிவிக்கின்றன.

இவற்றில் எது நிஜமோ தெரியவில்லை. உண்மையான காரணம், இந்த இரண்டின் கலவையாகவும் இருக்கலாம். காரணம் எதுவானாலும், கோக-கோலா இதற்குமேல் இந்தியாவில் தொடரமுடியாது என்பதுமட்டும் உறுதியாகிவிட்டது.

இருபத்தைந்து ஆண்டு காலத் தொடர் வெற்றிக்குப்பிறகு, 1977ல் கோக-கோலா இந்தியாவிலிருந்து வெளியேறியது. பின்னர் தொண்ணூறுகளின் தொடக்கத்தில் ஏற்பட்ட பொருளாதாரச் சீர்திருத்தங்களுக்குப்பிறகுதான், அவர்கள் மீண்டும் இந்தியாவுக்குத் திரும்பினார்கள்.

இந்தியச் சந்தையை இழந்தது, கோக-கோலாவுக்குப் பெரிய நஷ்டமாகத் தோன்றவில்லை. ஏனெனில், அமெரிக்கா தொடங்கி, ஐரோப்பா, ஆப்பிரிக்கா, ஆசியா, ஆஸ்திரேலியா என்று எல்லாக் கண்டங்களிலும் கோக-கோலா கிடைத்துக்கொண்டிருந்தது. போனால் போகிறது என்று அண்டார்டிகாவைமட்டும் விட்டுவைத்திருந்தார்கள்.

இப்படி எல்லா நாடுகளிலும் கோக-கோலாவின் ஒட்டுமொத்த விற்பனையைக் கணக்கிட்டுப் பார்க்கும்போது, இந்தியாவின்மூலம் அவர்களுக்குக் கிடைத்த வருவாய் ஒரு சதவிகிதத்தைவிடக் குறைவு. ஆகவே, அந்த இழப்பை அவர்கள் பெரிய விஷயமாகக் கருதவில்லை.

ஆனால், அடுத்த சில ஆண்டுகளுக்குள், இன்னொரு மிகப் பெரிய அதிர்ச்சி கோக-கோலாவைத் தாக்கியது. இந்தமுறை, அவர்களால் சுலபத்தில் மீளமுடியவில்லை!

11. தலைமுறை இடைவெளி

பெப்ஸி!

உலகெங்கிலும் உள்ள கோக-கோலா பிரியர்கள், அதிகம் வெறுக்கிற வார்த்தை ஒன்று உண்டென்றால், அது ‘பெப்ஸி’யாக மட்டும்தான் இருக்கமுடியும். கிட்டத்தட்ட இதே அளவு வெறுப்புடன், பெப்ஸி ரசிகர்கள் கோக-கோலாவை முறைத்தார்கள், முறைக்கிறார்கள், இனியும் முறைத்துக்கொண்டுதான் இருப்பார்கள்.

கோக-கோலாவுக்கும் பெப்ஸிக்கும் நடுவே அப்படி என்ன விரோதம்? காஃபி - டாஃபிபோல் உலகம் உள்ள அளவும் இந்தச் சண்டை நீடித்துக்கொண்டிருக்கவேண்டியதுதானா? சமாதானத்துக்கு வழி எதுவும் இல்லையா?

ம்ஹூம், சான்ஸே இல்லை! ஒருவேளை, கோக-கோலா, பெப்ஸி இடையே சமரசம் ஏற்படுகிற ஒரு வாய்ப்பு வந்தாலும்கூட, அந்தந்த நிறுவனங்களின் பெருந்தலைகள் தலையிட்டு, ‘அதெல்லாம் ஒண்ணும் வேண்டாம், இப்படியே சண்டை போட்டுக்கிட்டே இருந்துடுவோம்’ என்று சொல்லிவிடுவார்கள்.

காரணம், இந்தச் சண்டையால், வெறுப்பு வளர்கிற அளவுக்கு, வியாபாரமும் வளர்கிறது!

தெரு முனையில் யாரோ பாம்புக்கும் கீரிக்கும் சண்டை விடுகிறார்கள். அவர்களுடைய அக்கறை, பாம்பு ஜெயிக்கிறதா,

கீரி ஜெயிக்கிறதா என்பதில்லை. அந்தச் சண்டையைப் பார்க்க வருகிறவர்களிடமிருந்து பண வசூல் எவ்வளவு என்பதில்தான்.

கோக-கோலா, பெப்ஸி சண்டையும், கிட்டத்தட்ட அதே மாதிரிதான். இந்தப் பானம் உசத்தியா, அந்தப் பானம் உசத்தியா என்கிற ஒரு கேள்வியை, கடும் போட்டியை உருவாக்குவதன்மூலம், மக்கள் இந்த இரண்டில் ஏதேனும் ஒன்றை வாங்கியாகவேண்டிய கட்டாயத்துக்குத் தள்ளப்படுகிறார்கள். சண்டையில் தீவிரம் அதிகரிக்கும்போது, இரு நிறுவனங்களுக்குமே விற்பனை கூடுகிறது, லாபமும் அதிகரிக்கிறது.

சின்னக் கணக்கு ஒன்று பாருங்கள் - ஒரு லிட்டர் பெப்ஸி, அல்லது கோக-கோலாவின் விலை என்ன, அதே ஒரு லிட்டர் 'ஜில்' தண்ணீரின் விலை என்ன? இந்த இரண்டில் எது தாகத்தை நன்றாகத் தணிக்கக்கூடும்?

இந்தக் கேள்விக்கு பதில் எல்லோருக்கும் நன்றாகத் தெரியும். ஆனாலும், உலகமெங்கும் தண்ணீர் பாட்டில் விற்பனையைவிட, கோலா பானங்களின் விற்பனைதான் அதிகம். ஏன்?

மக்கள் இந்தப் பானங்களை அவர்களாக விரும்பி வாங்குவதில்லை. வாங்கவைக்கப்படுகிறார்கள் என்பதுதான் உண்மை. தொடர்ச்சியான, தீவிரமான விளம்பரங்களின்மூலம், இதுபோன்ற பானங்களைக் குடிப்பவர்கள்தான் உசத்தி, மற்றவர்கள் எல்லாம் மட்டம் என்கிற செய்தி அவர்கள் மனத்தில் அழுத்தமாகப் பதியவைக்கப்படுகிறது.

கோக-கோலா, பெப்ஸி போட்டியெல்லாம் இந்தப் பெரிய நாடகத்தின் குட்டி அத்தியாயங்கள்தான். இப்படி ஒரு போட்டி இருந்தால்தான், இதை வாங்கலாமா, அதை வாங்கலாமா என்று மக்கள் அல்லாடுவார்கள், இவற்றில் ஒன்றை ஏன் வாங்கவேண்டும் என்று யோசிக்கத் தோன்றாது, இந்த இரண்டையும் தவிர்த்து, வேறு சில விஷயங்களும் இருக்கின்றன என்பது கண்ணில் படாது.

உலகக் குளிர்பானச் சந்தையின் பெரும் பகுதியை, இந்த இரு நிறுவனங்களும்தான் தக்கவைத்துக்கொண்டிருக்கின்றன. பலரும்

நினைப்பதுபோல், இவற்றுக்கு இடையே நிலவும் போட்டி, இவர்களைக் கொஞ்சமும் பாதிப்பதில்லை. மாறாக, உதவி செய்கிறது, உயர்த்திவிடுகிறது.

இந்த விஷயம், அப்பாவி வாடிக்கையாளர்களுக்குத் தெரியாது. ஆனால், பெப்ஸி, கோக-கோலாவின் பெருந்தலைகள் எல்லோருக்கும் நன்றாகவே தெரியும். அதனால்தான் பல ஆண்டுகளாக ஒருவரை ஒருவர் சீண்டிப் பார்த்து வம்புக்கு இழுப்பதைப் பகுதி நேரத் தொழிலாகவே வைத்திருக்கிறார்கள்.

கிட்டத்தட்ட மூன்று தலைமுறைகளைத் தாண்டி நடந்துகொண்டிருக்கும் சண்டை இது. வருடத்துக்கு வருடம் சண்டையின் கடுமை அதிகமாகிக்கொண்டேதான் போகிறது. நம்முடைய பேரன், கொள்ளுப் பேரன் காலத்தில்கூட, இந்த விரோதம் ஓயப்போவதில்லை.

இத்தனை கலாட்டாவும் எங்கே, எப்படித் தொடங்கியது?

கோக-கோலாவுடன் ஒப்பிடுகையில், பெப்ஸி கிட்டத்தட்ட பன்னிரண்டு வருடம் ஜூனியர். 1898ம் ஆண்டு பெப்ஸிக்கான ரகசிய ஃபார்முலா கண்டறியப்படுவதற்குள், கோக-கோலா அமெரிக்காமுழுவதும் பிரபலமாகியிருந்தது. அதற்கென்று தனி ரசிகர் பட்டாளமே உருவாகியிருந்தது.

பெப்ஸியைக் கண்டறிந்தவர் பெயர், காலெப் ப்ராதம் (*Caleb Davis Bradham*). கோக-கோலாவைக் கண்டுபிடித்த ஜான் பெம்பர்டன்போலவே, இவரும் மருந்து ஆராய்ச்சியாளர்தான்.

கோலாக் கொட்டைகள், சில விசேஷ எண்ணெய்களின் கலவையாக ஒரு 'சிரப்'பை உருவாக்கிய காலெப் ப்ராதம், அதற்கு 'பெப்ஸி கோலா' என்று பெயர் வைத்தார். அவருடைய இந்தக் கண்டுபிடிப்பு, ஜீரணமின்மைக்கு நல்ல மருந்தாகப் பயன்பட்டது.

ஆரம்ப காலத்தில், பெப்ஸி கோலா ஒரு மருந்துப் பொருளாக மட்டுமே அறியப்பட்டது. கோக-கோலாவுடன் போட்டி போடுகிற நோக்கமெல்லாம் இல்லவே இல்லை.

காலெப் ப்ராதம் விரும்பியிருந்தாலும்கூட, அவரால் அப்போது கோக-கோலாவுடன் மோதி ஜெயித்திருக்கமுடியாது. பத்திரிகை, சுவர் விளம்பரங்கள், இலவச கூப்பன்கள் என்று ஏகப்பட்ட கவர்ச்சி அம்சங்களுடன் மக்களின் ஆதரவை அள்ளிக்கொண்டு பெரிய அளவில் வளர்ந்திருந்தது கோக-கோலா.

அன்றைய அமெரிக்காவின் மூலை, முடுக்குகளிலெல்லாம் கோக-கோலா பாட்டில்கள் தென்பட்டன. பாட்டில்கள் சென்று சேராத இடங்களில்கூட, அதன் விளம்பரங்கள் நுழைந்துவிட்டன. கோக-கோலா விற்காத கடைகளை, மக்கள் செத்த எலிபோல் அருவருப்பாகப் பார்த்து நிராகரித்தார்கள்.

ஆரம்பத்திலிருந்து, கோக-கோலாவின் ஒரே நோக்கம், ஒவ்வொரு அமெரிக்கனின் கைக்கெட்டும் தூரத்தில் தங்களது குளிர்பானம் சுலபமாகக் கிடைக்கவேண்டும் என்பது. மிகக் குறுகிய காலத்துக்குள் அவர்கள் நினைத்ததைச் சாதித்துவிட்டார்கள்.

இப்படி ஒரு சூழ்நிலையில்தான், பெப்ஸி கோலா அறிமுகமானது. கோக-கோலாபோலவே பெயர் வைத்துக்கொண்டாலும், இந்தப் புதிய பானத்தை யாருக்கும் தெரிந்திருக்கவில்லை. அவர்களுடைய நிலைமை உடனடித் தடுமாற்றமாகிவிட்டது.

ஆரம்ப காலத்தில், வருடத்துக்கு வருடம் பெப்ஸியின் விற்பனை அதிகரித்துக்கொண்டுதான் இருந்தது. இதைப் பார்த்து உற்சாகமான காலெப் ப்ராதம், தன்னுடைய மருந்து ஆராய்ச்சியைத் தாற்காலிகமாக ஒதுக்கிவிட்டு, பெப்ஸி கோலா நிர்வாகத்தில் கவனம் செலுத்த ஆரம்பித்தார்.

அடுத்த சில ஆண்டுகளுக்குள், அமெரிக்காவின் பெரும்பாலான சோடா ஃபவுன்டைன்களில் பெப்ஸி கோலா கிடைத்தது. விற்பனையை மேலும் அதிகப்படுத்துவதற்காகப் பெரிய அளவில் விளம்பரங்களையும் வெளியிடத் தொடங்கினார்கள்.

அமெரிக்காவில் ஒரு குளிர்பானம் ஜெயிக்கவேண்டுமானால், அதற்கு நிறைய விளம்பரம் செய்தாகவேண்டும். உங்களுடைய பெயர் கடைசிக் குடிமகன், அவனுடைய நாய்க்குட்டிவரை சென்று சேராவிட்டால், பைசா பெயராது.

ஆனால், பெப்ஸி கோலா தனது விளம்பரங்களுக்காகப் பத்து டாலர் செலவழித்தால், கோக-கோலா ஆயிரம் ஆயிரமாகக் கொட்டத் தயாராக இருந்தது. எங்கே பார்த்தாலும் அவர்களுடைய சின்னம்தான் தட்டுப்பட்டது, அந்த மூச்சுமுட்டலுக்கு நடுவே, பெப்ஸியின் பருப்பு வேகவில்லை.

இதற்கு நடுவே, முதலாம் உலகப் போர் வந்தது. இதனால் ஏற்பட்ட எக்குத்தப்பான விலை ஏற்ற இறக்கங்களை பெப்ஸியால் சமாளிக்கமுடியவில்லை. பெப்ஸி கோலா நிறுவனம் நஷ்டத்தில் விழுந்து நொடித்துப்போனது.

'அவ்வளவுதான், நாடகம் முடிந்தது' என்று கையைத் தட்டிக்கொண்டு எழுந்தார் காலெப் ப்ராதம். பழையபடி தன்னுடைய மருந்துக் கண்டுபிடிப்புகளைக் கவனிக்கப் போய்விட்டார்.

காலெப் நினைத்ததுபோல், பெப்ஸியின் கதை அத்தனை சுலபத்தில் முடிந்துவிடவில்லை. அவருக்குப்பிறகும், வேறு சிலர் அந்த நிறுவனத்தை ஏற்று நடத்திக்கொண்டிருந்தார்கள். கஷ்டமோ, நஷ்டமோ தட்டுத் தடுமாறி வண்டி ஓடிக்கொண்டிருந்தது.

1929ம் ஆண்டு அக்டோபர் 24ம் தேதி, அமெரிக்க வரலாறில் 'கறுப்பு வியாழன்' என்று வர்ணிக்கப்படுகிறது. அன்றைக்குத்தான், அந்நாட்டின் பங்குச் சந்தை ஆகாயத்திலிருந்து அதலபாதாளத்துக்குள் விழுந்தது. சில நாள்களுக்குள், ஏகப்பட்ட மக்கள் நடுத்தெருவுக்கு வந்துவிட்டார்கள்.

அமெரிக்காவையே உலுக்கிய இந்தச் சரிவால் ஏராளமான தனி நபர்களும் நிறுவனங்களும் கடுமையாகப் பாதிக்கப்பட்டன. அவற்றில், பெப்ஸி கோலாவும் ஒன்று. 1931ம் ஆண்டு, இரண்டாவது முறையாக பெப்ஸி நிறுவனம் நொடித்துப்போனது.

இந்த முறையும், பெப்ஸிக்கு முற்றுப்புள்ளி வைக்கப்படவில்லை. எப்படியோ மீண்டும் எழுந்து, பழையபடி இயங்கத் தொடங்கிவிட்டார்கள்.

வெறுமனே இயங்கி என்ன புண்ணியம்? இந்த முப்பத்தைந்து ஆண்டுகளில், அவர்களால் கோக-கோலாவுக்குச் சிறிய அளவு போட்டியைக்கூடத் தரமுடியவில்லை. பத்தோடு பதினொன்றாகத்தான் ஒரு மூலையில் கிடந்தது பெப்ஸி கோலா.

இதனால் எரிச்சலடைந்த பெப்ஸி நிர்வாகிகள், என்னென்னவோ விளம்பர சாகசங்களை முயன்று பார்த்தார்கள். நிறையப் பணம் செலவழிந்ததுதான் மிச்சம், விற்பனை உயரவே இல்லை.

மூன்றாவது முறையாகப் பெரும் நஷ்டத்தில் விழுந்தது பெப்ஸி. இந்தமுறை, அதற்கு விமோசனமே கிடையாது என்கிற அளவுக்குக் கடும் சரிவு. யாரேனும் தேவ தூதன் வந்து காப்பாற்றினால்தான் உண்டு.

பேசாமல், சண்டைக்காரன் காலிலேயே விழுந்துவிட்டால் என்ன என்று யோசித்தார்கள் பெப்ஸி நிர்வாகிகள். 'எங்கள் நிறுவனத்தை விலைக்கு வாங்கிக்கொள்வீர்களா?' என்று கோக-கோலாவுக்குத் தூது அனுப்பினார்கள்.

1933ம் வருடம் அது. கோக-கோலா தொட்டதெல்லாம் துலங்கிக்கொண்டிருந்தது. இன்னும் சில ஆண்டுகளுக்கு இதேமாதிரி வளர்ச்சி தொடர்ந்தால், உலகம்முழுவதிலும் தண்ணீருக்குப்பதில் கோக-கோலாதான் என்கிற அளவுக்குப் பிரம்மாண்டமான முன்னேற்றம்.

அப்போதைய கோக-கோலாவுடன் ஒப்பிட்டால், நஷ்டத்தின் விளிம்பில் கிடந்த பெப்ஸி கோலா வெறும் தூசு. அவர்கள் தங்கள் பாக்கெட்டில் கிடக்கும் சில்லறைக் காசுகளைச் சும்மா விட்டெறிந்திருந்தாலே, பெப்ஸியை வளைத்துப்போட்டிருக்கலாம்.

ஆனால், விதி யாரை விட்டது? பெப்ஸியை அவர்கள் லேசாக முகர்ந்து பார்த்தார்கள், 'ம்ஹூம், இது எங்களுக்கு வேண்டாம்' என்று முகத்தைச் சுளித்துவிட்டுச் சென்றுவிட்டார்கள்.

பின்னாள்களில், இதே பெப்ஸிதான் தங்களுடைய அஸ்திவாரத்துக்கே வேட்டு வைக்கப்போகிறது என்று அப்போது அவர்களுக்குத் தெரிந்திருந்தால், கொஞ்சம் நிதானமாக

யோசித்திருப்பார்கள். கோக-கோலாவின் கெட்ட நேரம், கைக்கெட்டிய பெப்ஸியை அவர்கள் வாங்க மறுத்துவிட்டார்கள்.

பெப்ஸி கோலா நிர்வாகிகள், பெருமூச்சுடன் தங்களுடைய பழைய கவலைகளுக்குத் திரும்பினார்கள். மரணப் படுக்கையில் கிடக்கும் பெப்ஸியை எப்படிக் காப்பாற்றுவது என்று தீவிரமாக யோசிக்க ஆரம்பித்தார்கள்.

ஏராளமான தொடர் விளம்பரங்களாலோ, அல்லது கோக-கோலாவின் தனிப்பட்ட ருசி(?) காரணமாகவோ, லட்சக்கணக்கான அமெரிக்கர்கள் ஏற்கெனவே கோக-கோலா பிரியர்களாகிவிட்டார்கள். பெப்ஸி போன்ற இன்னொரு குளிர்பானம், அவர்களைத் தங்கள்பக்கம் கவர்ந்து இழுப்பது சாத்தியமில்லாத விஷயம்.

அப்படியானால், வேறு என்னதான் செய்வது? பெப்ஸி கோலாவுடன் சம்பந்தப்பட்ட எல்லோரும் நிதானமாக உட்கார்ந்து யோசித்தார்கள்.

மக்கள் கோக-கோலாவின் சுவைக்குப் பழகிவிட்டார்கள். பெப்ஸி என்ற பெயரில் நாம் அமுத கலசத்தையே கொண்டு வந்து கவிழ்த்தாலும்கூட, அவர்கள் ஏறிட்டுப் பார்க்கப்போவதில்லை.

அதாவது, கோக-கோலாவை வீழ்த்தவேண்டுமானால், அவர்களைச் சுவையால் அடிக்கமுடியாது. வேறுவிதமாகத்தான் தாக்கவேண்டும்.

பேசாமல், பெப்ஸியின் விலையைக் கொஞ்சம் குறைத்தால் என்ன? ‘குறைந்த விலை, நிறைந்த சுவை’ என்று விளம்பரம் செய்தால், மக்கள் விழுந்தடித்துக்கொண்டு ஓடி வரமாட்டார்களா?

பெப்ஸி நிர்வாகிகளுக்குப் பெரிதாக நம்பிக்கை இல்லை. என்றாலும், கடைசியாக இதையும் முயற்சி செய்து பார்த்துவிடலாம் என்று முடிவெடுத்தார்கள்.

அந்தக் காலத்தில், அநேகமாக எல்லா பானங்களும் ஐந்து சென்ட் விலையில்தான் விற்றுக்கொண்டிருந்தன. இந்தச் சிறிய

தொகைக்கு, ஜில்லென்று ஒரு தம்ளர் நிறைய ஆறு அவுன்ஸ் குளிர்பானம் பருகலாம்!

'அவுன்ஸ்' என்பது கொஞ்சம் பழைய அளவை முறை, அந்தக் காலச் சமையல் புத்தகங்களில், 'பன்னிரண்டு அவுன்ஸ் தண்ணீரில் புளியைக் கரைக்கவும்' என்பதுபோன்ற வாசகங்களைக் கவனித்திருக்கலாம்.

கொஞ்சம் நமக்குப் புரியும்படி சொல்வதானால், ஓர் அவுன்ஸ் என்பது, குத்துமதிப்பாக முப்பது மில்லி லிட்டர். அப்போதைய அமெரிக்காவில், ஐந்து சென்ட் கொடுத்தால், சுமார் 175 மில்லி கோக-கோலாவோ, வேறு பானமோ குடிக்கலாம்.

இந்தக் கணக்கைத்தான் பெப்ஸி கோலா மாற்றுவதாக முடிவெடுத்தது. 'இனிமேல், அதே ஐந்து சென்ட் விலைக்கு, பன்னிரண்டு அவுன்ஸ் பெப்ஸி கிடைக்கும்' என்று அறிவித்தார்கள்.

அவ்வளவுதான். அமெரிக்கா அலறிவிட்டது. ஐந்து சென்ட்டில் பன்னிரண்டு அவுன்ஸா, இது கனவா, இல்லை நிஜமா?

பெப்ஸியின் அந்த விளம்பரம், மக்கள் மத்தியில் மிகப் பெரிய பரபரப்பை உண்டாக்கியது. பெருந்தலை கோக-கோலா உள்பட, அனைத்துக் குளிர்பானங்களும் ஆறு அவுன்ஸ் - ஐந்து சென்ட் என்கிற விலைக்குக் கிடைத்துக்கொண்டிருக்கும்போது, பெப்ஸிமட்டும் அதே விலைக்கு இரண்டு மடங்கு தருவதாகச் சொன்னதும், எல்லோருக்கும் ஆச்சர்யம் தாங்கவில்லை.

இந்த ஆரம்ப வியப்பைக் கச்சிதமாகப் பயன்படுத்திக்கொண்டது பெப்ஸி கோலா. 'ஐந்து சென்ட்க்குப் பன்னிரண்டு அவுன்ஸ்' என்கிற தகவலே, அவர்களுக்குப் பல மில்லியன் டாலர்கள் மதிப்புள்ள இலவச விளம்பரங்களைச் சேர்த்துக் கொடுத்தது.

வழக்கமான குளிர்பானங்களைவிடப் பெரிய, வித்தியாசமான வடிவமைப்பு கொண்ட பாட்டில்களில் பெப்ஸி விற்பனைக்கு வந்தது. அதுவரை பெப்ஸி கோலா வாங்கியிருக்காதவர்கள்கூட,

'அப்படி என்னதான் குறைஞ்ச விலைக்குத் தர்றான்னு பார்த்துடுவோமே' என்று வலியச் சென்று வாங்கினார்கள்.

அப்போதும், கோக-கோலா பிரியர்கள் பெப்ஸியைச் சீண்டிப் பார்க்கவில்லை. 'விலையைக் குறைச்சா? நாங்க மயங்கிடுவோமா?' என்கிற தொனியில் சற்றே நக்கலாகத்தான் பார்த்துக்கொண்டிருந்தார்கள்.

ஆனால், பொதுமக்கள் மத்தியில் பெப்ஸியின் இந்தத் தந்திரத்துக்கு நல்ல வரவேற்பு. குறிப்பாக, நடுத்தர வர்க்கத்தினர் அதற்குப் பெரும் ஆதரவு அளித்தார்கள். ஐந்து சென்ட் கொடுத்து இன்னொரு பானத்தை ஆறு அவுன்ஸ் வாங்குவதைவிட, அதே விலைக்குப் பன்னிரண்டு அவுன்ஸ் பெப்ஸி வாங்கலாமே என்று அவர்கள் கணக்குப் போட்டார்கள்.

இதனால், பெப்ஸி கோலாவின் விற்பனை படிப்படியாக அதிகரித்தது. சில மாதங்களுக்கு முன்புவரை நஷ்டத்தில் தத்தளித்துக்கொண்டிருந்த பெப்ஸி நிறுவனம், சிரமப்பட்டுக் கரைசேர்ந்து, மெல்ல லாபம் சேர்க்கத் தொடங்கியது.

கோக-கோலா சுதாரித்துக்கொண்டு தனது மாற்று யோசனையை முடிவு செய்வதற்குள், கோலா பானங்களுக்கான சந்தையின் ஒரு குறிப்பிடத்தக்க பகுதியை ஆக்கிரமித்துவிட்டது பெப்ஸி கோலா. முதன்முறையாக, 'இந்தப் பயல்களிடம் ஏதோ விஷயம் இருக்கும்போல' என்று பெப்ஸியைக் கூர்ந்து கவனிக்கத் தொடங்கியது கோக-கோலா.

அப்போதும், கோக-கோலா தனது விலையைக் குறைக்கவில்லை. பெப்ஸிக்காரர்கள் வேண்டுமென்றே வீம்புக்காக ஐந்து சென்ட்க்குப் பன்னிரண்டு அவுன்ஸ் தருகிறோம் என்று அறிவித்திருக்கிறார்கள், கூடிய சீக்கிரம் பழையபடி ஆறு அவுன்ஸுக்குத் திரும்பிவிடுவார்கள், அல்லது முன்புபோல் மீண்டும் நஷ்டத்தில் மூழ்கிக் காணாமல் போய்விடுவார்கள் என்பது அவர்களுடைய நம்பிக்கை.

இரண்டுமே நடக்கவில்லை. பெப்ஸி கோலா தொடர்ந்து ஐந்து சென்ட்க்குப் பன்னிரண்டு அவுன்ஸ் கிடைத்தது. அதன்

விற்பனை, லாபமும் அதிகரித்துக்கொண்டேதான் இருந்தது. அதிவேகத்தில் குறிப்பிடத்தக்க பலம் கொண்ட நிறுவனமாக வளர்ந்துவிட்டது பெப்ஸி.

இப்போது, கோக-கோலா நிர்வாகிகள் கவலையில் மூழ்கினார்கள். என்ன செய்வது? இந்தப் புதுக் குழப்பத்தை எப்படிச் சமாளிப்பது? 'ஐந்து சென்ட்க்குப் பதினான்கு அவுன்ஸ் கோக-கோலா' என்று நாமும் ஒரு தடாலடியில் இறங்கலாமா?

கோக-கோலாவின் அப்போதைய விற்பனை, பெப்ஸியைக் காட்டிலும் பல மடங்கு அதிகம். என்றாலும், பெப்ஸியின் விரைவான வளர்ச்சி அவர்களுக்குப் பயமூட்டியது. இப்போது இல்லாவிட்டாலும், சில வருடங்கள் கழித்து இவர்கள் நமக்குப் பெரிய போட்டியாக வந்துவிடுவார்கள் என்று அவர்களுக்குத் தோன்றியது.

பெப்ஸி விவகாரத்தை முளையிலேயே கிள்ளி எறிந்தாகவேண்டும் என்று முடிவெடுத்த அவர்கள், சில விஷயங்களைப்பற்றித் தீவிரமாக யோசிக்கவும், மக்களிடையே ரகசியக் கணக்கெடுப்புகள் நடத்தவும் ஆரம்பித்தார்கள் - நிஜமாகவே மக்கள் கோக-கோலாவைவிட, பெப்ஸி கோலாவை அதிகம் விரும்புகிறார்களா? அடுத்த சில வருடங்களில், பெப்ஸியால் கோக-கோலாவுக்கு என்னமாதிரியான பாதிப்புகள் ஏற்படக்கூடும்?

இந்தக் கணக்கெடுப்புகளின்போதுதான், கோக-கோலாவுக்குச் சில ஆச்சர்யமான தகவல்கள் தெரியவந்தன - பெப்ஸி கோலா நன்றாக விற்பது உண்மைதான். ஆனால், அதனால் கோக-கோலாவின் விற்பனை அவ்வளவாகப் பாதிக்கப்படவில்லை.

காரணம், மக்கள் மனத்தில், பெப்ஸி ஒரு மலிவு விலை பானமாகத்தான் பதிவாகியிருக்கிறது. வசதியில்லாத ஏழைகள், பணம் மிச்சப்படுத்த நினைக்கிறவர்கள்தான் பெப்ஸி கோலா வாங்குவார்கள் என்கிற பொதுவான பிம்பம் உருவாகியிருக்கிறது.

இந்தக் கருத்தை, பெப்ஸி நிறுவனமே எண்ணெய் ஊற்றி வளர்த்துக்கொண்டிருந்தது. தன்னுடைய விளம்பரங்கள்

ஒவ்வொன்றிலும், 'நாங்கள் குறைந்த விலையில் நிறைய பெப்ஸி கொடுக்கிறோமாக்கும்' என்று அவர்கள் அறிவித்ததால், பெப்ஸி என்றாலே, 'விலை மலிவு' என்பதுதான் மக்கள் மனத்தில் தோன்றியது. மற்றபடி, பெப்ஸியின் நிஜமான சுவை என்ன என்பதுகூட யாருக்கும் தெரிந்திருக்கவில்லை.

உண்மையில், பெரும்பாலான மக்களுக்கு பெப்ஸி கோலாவுக்கும் கோக-கோலாவுக்கும் வித்தியாசமே தெரியவில்லை. லேபிளை உரித்துவிட்டால் இரண்டும் ஒன்று என்றுதான் பெரும்பாலானோர் நினைத்துக்கொண்டிருந்தார்கள்.

இதனால், கோக-கோலாவுக்கு பதிலாக பெப்ஸி குடிப்பதில் யாருக்கும் தயக்கம் இல்லை. ஆனால், அதைப் பகிரங்கமாகச் செய்வதற்குதான் கூச்சப்பட்டார்கள்.

காரணம், சமூகத்தைப் பொறுத்தவரை பெப்ஸி என்பது ஏழை பானம். யாரேனும் கையில் பெப்ஸி கோலாவுடன் தென்பட்டால், 'ஐயோ பாவம், எப்படி இருந்தவர் இப்படி நொடிச்சுப்போய்ட்டாரே' என்றுதான் மற்றவர்கள் உச்சுக் கொட்டுவார்கள்.

இதனால், பலர் ரகசியமாக பெப்ஸி கோலா வாங்கிப் பதுக்கிவைத்துக்கொண்டார்கள். வீட்டுக்கு விருந்தினர்கள் வந்தால், அவர்களுக்கு பெப்ஸியை கோக-கோலா தம்ளர்களில் ஊற்றிப் பரிமாறினார்கள்.

முப்பதுகளில், அமெரிக்கா ஒரு மிகப் பெரிய பொருளாதாரச் சரிவைச் சந்தித்துக்கொண்டிருந்தது. சாப்பாட்டுக்கே காசு இல்லாத நேரத்தில், வெறும் கௌரவத்துக்காக 'காஸ்ட்லி' பானங்களில் பணத்தை வீணடிக்க யாரும் விரும்பவில்லை.

இந்தச் சூழ்நிலை, பெப்ஸிக்குச் சாதகமாக அமைந்துவிட்டது. மக்கள் வெளிப்படையாகச் சொல்லிக்கொள்ளாவிட்டாலும், நிறைய பெப்ஸி வாங்கினார்கள். சில ஆண்டுகளில், பெப்ஸி கோலா நிறுவனத்தின் லாபம் இரண்டு மடங்கு, மூன்று மடங்கு என உயர்ந்தது.

அப்போதுதான், இரண்டாவது உலகப் போர் தொடங்கியது. வளர்ந்த, வளரும் தேசங்களெல்லாம் நாடு பிடிக்கும் ஆசையுடன் தீவிரச் சண்டையில் இறங்கினார்கள். ‘அவர்களுடைய தாகத்தையெல்லாம் நாங்கள் தீர்த்துவைப்போம்’ என்று கோக-கோலாவும் களத்தில் குதித்தது.

கோக-கோலாவின் ‘இரண்டாம் உலகப் போர் லீலை’களைப் பற்றியெல்லாம் ஏற்கெனவே விரிவாகப் பார்த்திருக்கிறோம். கொஞ்சம் தேசப் பற்று, மிச்சம் பிஸினஸ் பற்று என்று இந்தச் சண்டையை அடித்தளமாகப் பயன்படுத்தி, உலகமெங்கும் அழுத்தமாகக் காலூன்றிக்கொண்டுவிட்டது கோக-கோலா.

பெப்ஸி கோலாவுக்கு அந்த அளவு வசதியோ, வாய்ப்புகளோ இல்லை. ஆகவே, அவர்கள் எப்போதும்போல் உள்நாட்டில் தங்களுடைய விற்பனையை அதிகப்படுத்த பாடுபட்டுக் கொண்டிருந்தார்கள்.

போட்டியாளர்கள் யாராலும், பெப்ஸி கோலாவின் ‘குறைந்த விலை’யை நெருங்கமுடியவில்லை. இந்தத் தந்திரத்தைப் பயன்படுத்தியே இன்னும் பெரிதாக வளர்ந்துவிடலாம் என்று திட்டமிட்டிருந்தது பெப்ஸி.

பிரச்னை என்னவென்றால், அவர்களுடைய கண்ணெதிரே, அமெரிக்கா மாறிவிட்டது. உலகப் போரின்போது சிக்கனமாகக் குடும்பம் நடத்திப் பிழைத்துக்கொண்டிருந்தவர்கள், இப்போது தாராளமாகச் செலவு செய்து அனுபவிக்க விரும்பினார்கள்.

’எதற்காக இத்தனை கஷ்டப்பட்டுச் சண்டை போட்டோம்? ஜாலியாக வாழ்வதற்குத்தானே?’ என்பது அமெரிக்காவின் தேசியச் சிந்தனையாகிவிட்டது. முதலீடுகள் குவிந்தன, இதனால், தொழில்துறைப் புரட்சி, மக்களின் வாழ்க்கை முறையில் முன்னேற்றம் எல்லாம் வந்தது.

அமெரிக்க மக்கள், அதிகச் செலவை ஒரு பொருட்டாகவே நினைக்காத இந்தப் புதிய சூழ்நிலையில், பெப்ஸியின் ‘மலிவு விலை’ பிம்பம் பொருந்தவில்லை. ‘குறைந்த விலையில்

பெப்ஸி' என்று அவர்கள் விளம்பரம் செய்தால், 'ஏன்? நான் அதிக விலை கொடுத்து வாங்கமாட்டேனா?' என்று மக்கள் கோபப்பட்டார்கள், மலிவு விலையில் பொருள்களை வாங்குவதும், அவமானமாகக் கருதப்பட்டது.

இதனால், மீண்டும் பெப்ஸிக்குப் போதாத காலம் தொடங்கியது. அவர்களுடைய விற்பனையும் லாப சதவிகிதமும் படிப்படியாகக் குறைந்தது. இந்த வாய்ப்பைப் பயன்படுத்திக்கொண்டு, கோக-கோலா விட்டதைப் பிடித்துவிட்டது.

பெப்ஸி நிர்வாகிகள் மறுபடி பூஜ்ஜியத்தில் ஆரம்பித்துச் சிந்திக்கவேண்டியிருந்தது. 'ஐந்து சென்ட் - பன்னிரண்டு அவுன்ஸ்' விளையாட்டெல்லாம் இனிமேல் பயன்படாது, புதியதாக ஏதாவது யோசியுங்கள், அதுவும் உடனே!

இப்படிச் சிந்தித்தபோது, அவர்களுக்கு ஓர் அட்டகாசமான யோசனை தோன்றியது - நாம் இப்படிப் புதுசுபுதுசாக உட்கார்ந்து யோசிக்கிறோம். ஆனால், இந்தக் கோக-கோலா பெரிசுகள் பல வருடங்களாகச் செய்ததையேதான் திரும்பத் திரும்பச் செய்துகொண்டிருக்கிறார்கள். நமக்கும் அவர்களுக்கும் இடையில் உள்ள முக்கியமான வித்தியாசமே இதுதானோ?

இந்தச் சின்னப் பொறிதான் ஆரம்பம். பெப்ஸி கோலாவின் விளம்பரச் சிந்தனையாளர்கள் இதனை ஊதிப் பெரிதாக்கினார்கள். புதிய விளம்பரங்கள் உருவாக்கப்பட்டன.

அதாகப்பட்டது மகாஜனங்களே, பெப்ஸி கோலா இளமை, புதுமை, கோக-கோலா முதுமை, பழமை. புதிதாகச் சிந்திக்கிறவர்கள், இளைஞர்கள், சாதிக்கத் துடிக்கிறவர்கள், ஜெயிக்கப் பிறந்தவர்கள் பெப்ஸி கோலா குடிக்கிறார்கள், மற்றவர்கள் கோக-கோலா குடிக்கிறார்கள். நீங்கள் எந்தக் கட்சி?

இப்படி நேரடியாக ஊசி குத்தாவிட்டாலும், பெப்ஸி தன்னுடைய 'இளமை'ப் பிம்பத்தை அழுத்தமாக வெளிப்படுத்தும்வகையில் விளம்பரங்களைத் தயாரித்தது. பெப்ஸி கோலா குடிக்கிறவர்கள் நவீன வாழ்க்கையை முழுமையாக அனுபவிக்கிறார்கள்,

நாளைய உலகத்தின் சொந்தக்காரர்கள் அவர்கள்தான் என்கிற கருத்து பலவிதமாக வலியுறுத்தப்பட்டது.

இந்த வரிசை விளம்பரங்கள், வெறுமனே ஒரு பொருளை உரக்கக் கூவி விற்பனை செய்கிறவையாகமட்டும் நின்றுவிடவில்லை. அழகுணர்ச்சியுடன் கூடிய வடிவமைப்பு, கச்சிதமான ஒளிப்பதிவு, இசை என ஒவ்வொன்றிலும் நவீன தொழில்நுட்பத்தைக் கலந்து அசரடித்தார்கள். அவற்றைப் பார்க்கிறவர்களுக்கு பெப்ஸி கோலா நினைவில் நிற்கிறதோ இல்லையோ, அவை முன்வைக்கும் காட்சிகள், அவற்றின்மூலம் மறைமுகமாக வலியுறுத்தப்படும் பிம்பங்களை யாராலும் மறக்கமுடியவில்லை.

பெப்ஸி எதிர்பார்த்ததும் இதேதான். 'இது புதுசு' என்கிற எண்ணத்தை மக்கள் மனத்தில் உருவாக்கிவிட்டாலே, மற்றது (அதாவது, கோக-கோலா) அரதப் பழசு என்பதும் தெளிவாகிவிடுகிறது.

இதன்மூலம், பெப்ஸிக்கு இரட்டை லாபம். பெப்ஸி கோலா என்றாலே, அது ஒரு 'மலிவு விலை'க் குளிர்பானம் என்கிற எண்ணம் மக்கள் மனத்திலிருந்து மறையத் தொடங்கியது. இன்னொரு பக்கம், எப்போதும் புதியதையே விரும்பும் இளைஞர்கள், பெப்ஸியின் பக்கம் வந்தார்கள்.

இந்த மாற்றத்தை, பெப்ஸி நிறுவனம் மிகச் சிறப்பாகப் பயன்படுத்திக்கொண்டது. 'பெப்ஸி தலைமுறை' (*Pepsi Generation*) என்கிற பொதுத் தலைப்பில், இளைஞர்களைக் குறி வைத்து ஏகப்பட்ட விளம்பரங்கள் தயாரிக்கப்பட்டன.

அமெரிக்கர்கள் எல்லோரும், இந்தப் புதிய தலைமுறையில் பங்கு பெற விரும்பினார்கள். பெப்ஸி கோலாவின் விற்பனை மளமளவென்று உயரத் தொடங்கியது.

இதனால், கோக-கோலாவின் கோட்டையில் மிகப் பெரிய விரிசல். பெப்ஸியால் தன்மீது வலுக்கட்டாயமாகத் திணிக்கப்பட்டுவிட்ட 'பழம் பெருச்சாளி' பிம்பத்தை எப்படி மாற்றுவது என்று தெரியாமல் அவர்கள் பேந்தப் பேந்த

விழித்துக்கொண்டிருந்தார்கள்.

படிப்படியாகத் தனது விற்பனையை அதிகரித்துக்கொண்டே சென்ற பெப்ஸி, கோக-கோலாவின் சந்தைப் பங்கை விழுங்கி ஏப்பம் விட ஆரம்பித்தது. ஒரு கட்டத்தில்(1977), அமெரிக்கக் கடைகள், சூப்பர் மார்க்கெட்களில் விற்பனையாகும் குளிர் பானங்களின் எண்ணிக்கையில், கோக-கோலாவை மிஞ்சிச் சாதனை படைத்தது பெப்ஸி கோலா.

அவ்வளவுதான். கோக-கோலா நிர்வாகிகளும் விற்பனை மேலாளர்களும் பதறிப்போய்விட்டார்கள். எங்கோ அடிமட்டத்தில் கிடந்த ஒரு நிறுவனம், இப்படிக் கொஞ்சம் கொஞ்சமாக மேலேறி வந்து நம்மை வீழ்த்திவிட்டது என்பதை அவர்களால் நம்பக்கூட முடியவில்லை. சுமார் தொண்ணூறு வருடச் சரித்திரம் கொண்ட கோக-கோலா, இப்படி ஓர் அடியை இதற்குமுன் எப்போதும் சந்தித்தது இல்லை.

இத்தனைக்கும், கடைகளில் நேரடியாக விற்பனையாகும் குளிர்பானங்களில் மட்டும்தான் பெப்ஸி முதல் இடத்தைப் பிடித்திருந்தது. மற்றபடி, ஒட்டுமொத்த விற்பனையின் அடிப்படையில் பார்த்தால், கோக-கோலாதான் ராஜா!

ஆனாலும், கோக-கோலாவால் இந்தத் தோல்வியை ஜீரணித்துக்கொள்ள முடியவில்லை. அவர்களுக்கு என்றைக்கும் 'நம்பர் 1' நிலையில் இருந்துதான் பழக்கம். இரண்டாவது இடம் எப்படி இருக்கும் என்பதுகூட அவர்களுக்குத் தெரியாது.

இந்த அதிர்ச்சியிலிருந்து அவர்கள் விடுபடுவதற்குள், கோக-கோலாவின் வயிற்றில் இன்னொரு குத்து விட்டது பெப்ஸி. சாதாரணக் குத்து இல்லை, முன்பைவிடப் பலமடங்கு வலுவான கும்மாங்குத்து!

12. சவால்

ஒருவர் மலை உச்சியிலிருந்து கீழே விழுகிறார், அல்லது தள்ளிவிடப்படுகிறார். இன்னும் சிறிது நேரம்தான், தரையில் உடம்பு மோதிச் சிதறிவிடப்போகிறார்.

இப்படி ஒரு பதற்றமான சூழ்நிலையில், அவர் எப்படியாவது தப்பிக்கவேண்டும் என்றுதான் முயற்சி செய்வார். அக்கம்பக்கத்தில் தட்டுப்படுகிற செடி, கொடி, கிளை எதையாவது பற்றிக்கொண்டு உயிர்பிழைக்கப் பார்ப்பார்.

அந்த நேரத்தில், இந்தச் செடி நம்முடைய எடையைத் தாங்குமா, அறுந்துபோய்விடுமா என்றெல்லாம் யோசிக்கத் தோன்றாது. புத்தி மரத்துப்போய், வெறும் உணர்ச்சிகள்மட்டும் செயல்படுகிற சூழ்நிலை அது.

எழுபதுகளின் மத்தியில், பெப்ஸி கோலாவைச் சேர்ந்த லாரி ஸ்மித் *(Larry Smith)* கிட்டத்தட்ட இதேமாதிரியான ஒரு நிலைமைக்குள் தள்ளப்பட்டிருந்தார். ஏதாவது செய்தாகவேண்டும், அதுவும் உடனே, இல்லாவிட்டால் சர்வ நாசம் காத்திருக்கிறது.

நாடுமுழுவதும் கோக-கோலாவின் விற்பனையை பெப்ஸி கோலா எட்டிப் பிடித்துக்கொண்டிருந்த நேரம். மற்ற பகுதிகளில்

ஜோராக முன்னேறிக்கொண்டிருந்த பெப்ஸி, டல்லாஸ் மாகாணத்தில் மட்டும் தட்டுத்தடுமாறிக்கொண்டிருந்தது.

விற்பனைப் புள்ளிவிவரங்களை எடுத்துப் பார்த்தால், லாரி ஸ்மித்துக்கு மூச்சு முட்டியது. டல்லாஸ் மாகாணத்தில் நூறு குளிர்பானங்கள் விற்பனையானால், அவற்றில் முப்பத்தைந்து கோக-கோலா, இரண்டாம் இடத்தில் வேறு யாரோ இருக்கிறார்கள், பெப்ஸிக்கு மூன்றாவது இடம்தான். அதன் ஸ்கோர் - நூறுக்கு வெறும் ஆறு!

அதாவது, முப்பத்தைந்து கோக-கோலா விற்பனையாகிற இடத்தில், ஆறு பெப்ஸி கோலாதான் விற்கிறது. இரண்டு நிறுவனங்களுக்கும் கிட்டத்தட்ட ஐந்து மடங்கு இடைவெளி.

லாரி ஸ்மித் வெறுத்துப்போய்விட்டார். இது என்ன அநியாயம்? மற்ற மாநிலங்களைச் சேர்ந்த அமெரிக்கர்கள் எல்லோரும் பெப்ஸியை விரும்பிக் குடித்துக்கொண்டிருக்கிறார்கள், இந்த டல்லாஸ் மக்களுக்கு மட்டும் என்ன ஆச்சு?

பெப்ஸி நிறுவனம் லாரி ஸ்மித்தை டல்லாஸுக்கு அனுப்பிய போதே, ஒரு விஷயத்தைத் தெளிவாகச் சொல்லிவிட்டது - ஏதாவது செய்யுங்கள், விற்பனையை அதிகப்படுத்தி, கோக-கோலாவை எட்டிப் பிடிக்காமல், இங்கே திரும்பி வராதீர்கள்.

நம் ஊர் பாஷையில் சொல்வதானால், செய், அல்லது செத்து மடி. இந்த இரண்டுக்கும் நடுவில் வேறு எந்த வழியும் இல்லை!

விற்பனைத்துறையில் பல வருட அனுபவம் கொண்ட லாரி ஸ்மித்துக்கே, இது பெரிய சவாலாக இருந்தது. மூன்றாவது இடத்தில் கிடக்கிற பெப்ஸி கோலா, முதல் இடத்தில் ஜம்மென்று உட்கார்ந்திருக்கிற கோக-கோலாவை எப்படி வீழ்த்தமுடியும்? அதுவும், உடனே? இதெல்லாம் நடக்கிற காரியமா?

'பெப்ஸி வாங்குங்கள்' என்று போர்டு மாட்டிக்கொண்டு லாரி ஸ்மித் சென்ற இடமெல்லாம், அவருக்குச் சரியான வரவேற்பு கிடைக்கவில்லை. பல கடைக்காரர்கள், 'கெட் அவுட்' சொல்லி வாசலைக் காண்பிக்காத குறைதான்.

இவர்கள் எல்லோரும், ஒரே கேள்வியைத்தான் பலவிதமாக மாற்றிக் கேட்கிறார்கள் - நாங்கள் ஏன் பெப்ஸி கோலாவை விற்கவேண்டும்? மக்கள் கோக-கோலாவைத்தானே விரும்புகிறார்கள்?

இதைக் கேட்கக் கேட்க லாரிக்கு எரிச்சல்தான் மிஞ்சியது. மக்களுக்கு, கோக-கோலா மட்டும்தான் பிடிக்கிறது என்று முடிவு செய்ய நீங்கள் யார்? பொதுமக்கள் எல்லோரும் ஆஃபீஸுக்கு லீவ் போட்டுவிட்டு உங்களிடம் வந்து, 'எங்களுக்கு கோக-கோலாதான் வேண்டும்' என்று சொன்னார்களா?

கோபப்பட்டு என்ன புண்ணியம்? டல்லாஸ் கடைக்காரர்களில் யாரும் லாரியின் வாதங்களை ஏற்பதாக இல்லை. அவர்களைப் பொறுத்தவரை, கடையில் பெப்ஸியை விற்பனைக்கு வைப்பது வீண். அந்த இடத்தில் பத்து பாட்டில் கோக-கோலாவை நிரப்பினால் உடனடி லாபம்.

கோக-கோலா சின்னத்தை அல்லது பாட்டிலை எங்கே பார்த்தாலும், லாரி ஸ்மித்துக்கு ஆற்றாமை பொங்கியது. மக்கள் நிஜமாகவே இந்தப் பானத்தை விரும்பிக் குடிக்கிறார்களா, அல்லது கோக-கோலா பெரிய கம்பெனி என்பதற்காக அதை நம்பி வாங்குகிறார்களா? இப்படிக் கண்மூடித்தனமாக அவர்கள் பெப்ஸியை நிராகரிப்பது நியாயமா?

கண்மூடித்தனம்? அந்த வார்த்தையை மையமாக வைத்து யோசித்தபோது, லாரிக்கு ஒரு பிரமாதமான யோசனை கிடைத்தது.

லாரி ஸ்மித் பெப்ஸி கோலா, கோக-கோலா இரண்டையுமே குடித்திருக்கிறார். கோக-கோலாவைவிட பெப்ஸிதான் அதிகச் சுவையானது என்று அவருக்குத் தோன்றியது.

ஆனால், பொதுஜனம் அப்படி நினைக்கவில்லை. குறிப்பாக டல்லாஸ் மக்கள் பெப்ஸியை கோக-கோலாவுடன் ஒப்பிட்டுப் பார்க்கக்கூட தயாராக இல்லை, பெப்ஸியா? ம்ஹூம், வேண்டாம் என்று ஒரேயடியாக ஒதுக்கிவிடுகிறார்கள்.

டல்லாஸில் மட்டுமில்லை, அமெரிக்காவில் பெரும்பாலான மக்கள் கோக-கோலா என்கிற குளிர்பானத்தைக் குடிப்பதில்லை. அந்த பிராண்ட் பெயரைத்தான் காசு கொடுத்து வாங்கிப் பருகுகிறார்கள் என்று யோசித்தார் லாரி ஸ்மித். அதே பெயரில் வெறும் கலர் தண்ணீரை ஊற்றிக் கொடுத்தாலும் அவர்கள் வாங்குவார்கள்.

கோக-கோலாவுக்கு இருக்கும் அளவுக்கு பிராண்ட் மதிப்பு, பெப்ஸி கோலாவுக்கு இன்னும் உருவாகவில்லை. அதனால்தான், பெப்ஸியின் விற்பனை கோக-கோலாவைவிடக் குறைவாக இருக்கிறது. இரண்டாவது, மூன்றாவது இடங்களில் தடுமாறவேண்டியிருக்கிறது.

இந்த நிலைமையை மாற்றவேண்டுமானால், அதற்கு ஒரே ஒரு வழிதான் உண்டு - 'கோக-கோலா ஓர் அற்புதமான குளிர்பானம்' என்று மக்கள் மனத்தில் பதிந்திருக்கிற எண்ணத்தை எச்சில் தொட்டு அழிக்கவேண்டும். பெப்ஸி கோலாவும் கோக-கோலாவுக்கு இணையான, அல்லது அதைவிடச் சிறந்த பானம் என்கிற புதிய கருத்தை உண்டாக்கவேண்டும்.

அதற்கு, முதலில் பெப்ஸி, கோக-கோலா என்கிற பெயர்களை அழிக்கவேண்டும். இவை பெயர்கள் அல்ல, வெறும் குளிர் பானங்கள், எந்தவிதமான முன்முடிவுகளும் இல்லாமல் மக்கள் இவற்றைக் குடித்துப் பார்க்கட்டும், அதன்பிறகு, அவற்றில் எது சிறந்தது என்று அவர்களே முடிவு செய்துகொள்ளட்டும்.

இது கொஞ்சம் ஆபத்தான பரிசோதனைதான். கொஞ்சம் அசந்தாலும், பெப்ஸிக்கு மரண அடி விழுந்துவிடும். ஆனால், லாரி ஸ்மித்துக்கு வேறு எந்த வழியும் தட்டுப்படவில்லை.

தவிர, பெப்ஸிதான் கோக-கோலாவைவிட அதிகச் சுவையானது என்கிற நம்பிக்கை அவருக்கு இருந்தது. தன்னுடைய கருத்தை மக்களும் ஏற்றுக்கொள்வார்கள் என்று அவர் உறுதியாக நம்பினார்.

பெப்ஸி மிகக் கவனமாகத் தனது முதல் அடியை எடுத்துவைத்தது. என்ன செய்கிறோம், எதற்குச் செய்கிறோம்

என்று வெளிப்படையாகச் சொல்லாமல், சில கடைகளில்மட்டும் தங்களது ரகசியப் பரிசோதனையைத் தொடங்கினார்கள்.

இந்தக் கடைகளுக்கு வரும் வாடிக்கையாளர்களில் சிலருக்கு, இரண்டு தம்ளர்களில் குளிர் பானங்கள் இலவசமாகத் தரப்பட்டன. இந்த தம்ளர்களில், *Q* மற்றும் *M* என்கிற சங்கேதப் பெயர்கள்மட்டும் எழுதப்பட்டிருந்தன.

இவற்றில் ஒன்று கோக-கோலா, இன்னொன்று பெப்ஸி கோலா. ஆனால், எது கோக-கோலா, எது பெப்ஸி கோலா என்கிற விஷயம் வாடிக்கையாளருக்குத் தெரியாது. அவர் இரண்டையும் குடித்துப் பார்த்து, எந்தக் குளிர்பானம் அதிகச் சுவையானது என்கிற தனது கருத்தைச் சொல்லவேண்டும்.

இப்படிச் சில நூறு வாடிக்கையாளர்களிடம் சேகரிக்கப்பட்ட தகவல்களைத் தொகுத்துப் பார்த்தபோது, கோக-கோலாவும் பெப்ஸியும் கிட்டத்தட்ட சம அளவு மதிப்பெண்களை வாங்கியிருந்தன. நூலிழை வித்தியாசத்தில் பெப்ஸி கோலா வெற்றி பெற்றிருந்தது.

போதாதா? லாரி ஸ்மித் சுறுசுறுப்பாக வேலையில் இறங்கினார். முன்பு ரகசியமாகச் செய்த அதே பரிசோதனையை, இப்போது பகிரங்கமாக, மக்கள்முன் செய்து காண்பித்துத் தன்னை நிரூபிக்கத் தயாராகிவிட்டது பெப்ஸி.

சிறுவர்கள், பெரியவர்கள், முதியவர்கள், ஆண்கள், பெண்கள், மாதச் சம்பளக்காரர்கள், பிஸினஸ் பெரும்புள்ளிகள், இல்லத்தரசிகள் என்று எந்த வித்தியாசமும் பார்க்காமல், பலவிதமான மக்களைப் பெப்ஸி தனது பரிசோதனையில் பங்கு பெற அழைத்தது. இவர்கள் ஒவ்வொருவருக்கும், பெயர் குறிப்பிடப்படாத இரண்டு கோலாக்கள் கொடுக்கப்பட்டன. இரண்டையும் குடித்துவிட்டு, எந்தச் சுவை தங்களுக்கு அதிகம் பிடித்திருக்கிறது என்பதை அவர்கள் வெளிப்படையாகச் சொன்னார்கள்.

அதன்பிறகுதான், தாங்கள் தேர்ந்தெடுத்தது பெப்ஸியா,

அல்லது கோக-கோலாவா என்கிற விவரம் அவர்களுக்குத் தெரிவிக்கப்பட்டது. பெரும்பாலான மக்கள், தங்களுக்கு கோக-கோலாவைவிடப் பெப்ஸிதான் பிடித்திருக்கிறது என்கிற விவரம் தெரிந்து ஆச்சர்யப்பட்டார்கள், சிலர் அதிர்ச்சியடைந்தார்கள்.

காரணம், இவர்கள் எல்லோரும் பல ஆண்டுகளாகக் கோக-கோலாவை விரும்பிக் குடித்துக்கொண்டிருக்கிறவர்கள். அதைக்காட்டிலும் சிறப்பான இன்னொரு கோலா சுவை இருக்கிறது என்பதையே அவர்கள் இப்போதுதான் உணர்ந்தார்கள். 'இனிமேல் நான் பெப்ஸி பிரியன்' என்று பலர் அந்த இடத்திலேயே கட்சி மாறினார்கள்.

இத்தனையையும், பெப்ஸி நிறுவனம் கேமராக்களில் பதிவு செய்துகொண்டது. இந்தப் படத் துண்டுகளின் அடிப்படையில், ஒரு பிரமாதமான விளம்பர உத்தியை அவர்கள் யோசித்துவைத்திருந்தார்கள்.

அடுத்த சில வாரங்களில், 'பெப்ஸி சவால்' *(Pepsi Challenge)* விளம்பரங்கள் டல்லாஸ் மாநில ஊடகங்களை ஆக்கிரமித்தன. இதன்மூலம், 'நம்பர் 1' கோக-கோலாவுக்கு பகிரங்கமாகச் சவால் விட்டது பெப்ஸி கோலா.

கோக-கோலா என்பது, வெறும் பெயர்தான். அதோடு ஒப்பிடுகையில், பெப்ஸியின் சுவைதான் மக்களுக்கு அதிகம் பிடித்திருக்கிறது. அதற்குச் சாட்சியாக, இதோ, எங்களுடைய பரிசோதனையின் வீடியோ பதிவுகள், மக்கள் கோக-கோலாவைவிட பெப்ஸிதான் தங்களுக்குப் பிடித்திருக்கிறது என்று தேர்ந்தெடுப்பதைப் பாருங்கள்.

மிக எளிமையான, அதேசமயம் முகத்தில் அறையும் நேரடித் தன்மையைக் கொண்ட இந்த விளம்பரங்களால், பெப்ஸிக்கு உடனடிப் பலன். 'கோக-கோலாவைவிட பெப்ஸிதான் அதிக டேஸ்டாமே' என்கிற பரபரப்பிலேயே, பெப்ஸியின் விற்பனை மளமளவென்று உயரத் தொடங்கியது.

பெப்ஸி நிறுவனம் சில நூறு வாடிக்கையாளர்களை வைத்து

நடத்திய சுவைப் பரிசோதனை(Taste Tests)கள், இப்போது டல்லாஸ்முழுவதும் வீட்டுக்கு வீடு, தினந்தோறும் நடந்தன. நிஜமாகவே கோக-கோலாவைவிட பெப்ஸி கோலா அதிகச் சுவையாக இருக்கிறதா என்று ஆளுக்கு ஆள் சண்டை போட்டுக்கொண்டார்கள்.

உள்ளூர் கோக-கோலா நிறுவனம் இந்தத் தடாலடியைக் கொஞ்சமும் எதிர்பார்த்திருக்கவில்லை. குளிர் பானச் சந்தையில் மூன்றில் ஒரு பகுதியைக் கைப்பற்றிவிட்டு நிம்மதியாகச் சாய்ந்து உட்கார்ந்து ஓய்வெடுத்துக்கொண்டிருந்த அவர்கள், பெப்ஸியின் சவால் விளம்பரங்களைப் பார்த்ததும் அலறிவிட்டார்கள்.

நேற்றைக்கு வந்த பெப்ஸி கோலா, நம்முடைய கோக-கோலாவைவிடச் சுவையாக இருக்கிறதாமே? ஏகப்பட்ட மக்கள் 'பெப்ஸிதான் ரொம்ப ஜோர்' என்று சப்புக்கொட்டிக்கொண்டு அதையே திரும்பத் திரும்பத் தேர்ந்தெடுக்கிறார்களாமே? இதெல்லாம் நிஜமாகவே நடக்கிறதா? அல்லது விளம்பரத்துக்காக வேண்டுமென்றே மிகைப்படுத்திக் காண்பிக்கிறார்களா?

தீவிரக் குழப்பத்தில் ஆழ்ந்த கோக-கோலாக்காரர்களுக்கு, பெப்ஸி சொல்வதெல்லாம் உண்மைதானா என்பதே சரியாகப் புரியவில்லை. ஆனால், 'பெப்ஸி சவால்' விளம்பரங்களால், மக்கள் மத்தியில் பெரிய பரபரப்பு ஏற்பட்டிருக்கிறது. அதன்மூலம் கோக-கோலா விற்பனைக்கு பாதிப்பு நிச்சயம்.

இதனால், உடனடியாக ஏதேனும் செய்தாகவேண்டிய கட்டாயத்துக்குத் தள்ளப்பட்டது கோக-கோலா, நிஜமாகவே பெப்ஸியைவிடக் கோக-கோலாவின் சுவை குறைச்சலா என்று தெரிந்துகொள்வதற்காக, அவர்களும் ரகசியமாகச் சில பரிசோதனைகளைச் செய்து பார்க்கத் தொடங்கினார்கள்.

இந்தப் பரிசோதனைகளின் முடிவுகளைப் பார்த்தபோது, கோக-கோலா நிர்வாகிகளுக்கு மூச்சே நின்றுவிட்டது. அவர்கள் எதைப் 'பொய்' என்று ஒதுக்கித் தள்ள நினைத்தார்களோ, அந்த உண்மை இப்போது கண்ணுக்கு முன்னே நின்று பல்லிளித்தது.

கோக-கோலா நடத்திய சுவைப் பரிசோதனைகளிலும், பெப்ஸி கோலாவுக்குத்தான் வெற்றி கிடைத்திருந்தது. பெயர் தெரியாத இரண்டு குளிர் பானங்களைக் குடிக்கும் மக்கள், கோக-கோலாவைவிட, பெப்ஸியைத்தான் அதிகம் விரும்புகிறார்கள். பெப்ஸி தனது விளம்பரங்களில் சொல்வது நிஜம்தான்போலிருக்கிறது.

ஜீரணிக்கமுடியாத இந்த நிஜத்தை, கோக-கோலா மென்று விழுங்கியது. அடுத்து என்ன செய்வது என்று அவர்களுக்குச் சத்தியமாகப் புரியவில்லை.

பெப்ஸி விளம்பரங்களுக்குப் பதிலடியாக, ‘அவர்கள் சொல்வதெல்லாம் பொய், எங்களுடைய பானம்தான் அதிகச் சுவையானது, கோக-கோலாவைத்தான் மக்கள் விரும்புகிறார்கள்’ என்று பதில் விளம்பரங்கள் கொடுக்கலாம். ஆனால், ‘இதற்கெல்லாம் என்ன ஆதாரம்?’ என்று யாராவது கேட்டால், முகத்தை எங்கே கொண்டு வைத்துக்கொள்வது?

கோக-கோலாவின் இந்தக் குழப்பத்தை, பெப்ஸி கோலா நன்றாகப் பயன்படுத்திக்கொண்டது. புதுப்புது விளம்பரங்களைத் தயார் செய்து, கோக-கோலாவின் வெந்த புண்ணில் வேல் பாய்ச்சினார்கள். பெப்ஸிதான் அதிகச் சுவையானது என்பதை அழுத்தமாகத் திரும்பத் திரும்பச் சொன்னார்கள்.

அடுத்த சில வாரங்களுக்குள், டல்லாஸ் மாகாணத்தில் பெப்ஸி கோலாவின் விற்பனை இருமடங்குக்குமேல் உயர்ந்துவிட்டது. ‘பெப்ஸி சவால்’ விளம்பரங்களுக்கு மிகப் பெரிய வெற்றி!

இந்தத் தகவல், பெப்ஸி வட்டாரங்களில் அதிவேகமாகப் பரவியது. மற்ற மாநிலங்களைச் சேர்ந்த விற்பனைப் பிரதிநிதிகள், பாட்லர்கள், ‘எங்கள் ஊரிலும் பெப்ஸி சவால் விளம்பரங்களை ஒளிபரப்பவேண்டும்’ என்று கேட்கத் தொடங்கினார்கள்.

கோக-கோலாவுக்குத் திகிலூட்டும்வகையில், பெப்ஸியின் சுவைப் பரிசோதனைகள் நாடுமுழுவதும் நடத்தப்பட்டன. ஒவ்வொரு மாநிலத்திலும், மக்களின் தீர்ப்பு கோக-கோலாவுக்கு எதிராகத்தான் இருந்தது.

இந்தப் புள்ளிவிவரங்களின் அடிப்படையில், ‘பெப்ஸி சவால்’ விளம்பரங்கள் படிப்படியாக அமெரிக்காமுழுவதும் பரவின. மக்களின் தினசரிப் பேச்சுவார்த்தைகளில், ‘கோக-கோலாவா, அல்லது பெப்ஸி கோலாவா’ என்கிற விவாதம் தவறாமல் இடம் பிடித்தது.

பெப்ஸியின் விற்பனை படிப்படியாக அதிகரித்துக்கொண்டிருந்த காலகட்டம் அது. சூப்பர் மார்க்கெட்களில் அவர்கள் கோக-கோலாவை எட்டிப்பிடித்து ஜெயித்திருந்தார்கள். மற்ற இடங்களிலும், கோக-கோலாவை எப்படியாவது வீழ்த்திவிடவேண்டும் என்கிற ஆவேசத்துடன் முன்னேறிக் கொண்டிருந்தார்கள்.

இப்போது, கோக-கோலாவுக்குத் தர்ம சங்கடமான நிலைமை. அவர்கள் தங்களுடைய ‘நம்பர் 1’ இடத்தைத் தக்கவைத்துக்கொள்ளவேண்டுமானால், பெப்ஸிக்குச் சரியான பதில் கொடுத்தாகவேண்டும். இல்லையென்றால், கூடிய சீக்கிரத்தில் கோலாச் சண்டையில் பெப்ஸி நிரந்தரமாக ஜெயித்துவிடும்.

பதற்றத்தில் அவர்கள் செய்த சில விஷயங்கள், கோக-கோலாவுக்கு எதிராகவும், அதன் முக்கியப் போட்டியாளரான பெப்ஸிக்கு ஆதரவாகவும் அமைந்துவிட்டன. ஏற்கெனவே ‘பெப்ஸி சவால்’ விளம்பரங்களால் வெகுவாகச் சரிந்துபோயிருந்த கோக-கோலாவின் ‘நல்ல பிள்ளை’ இமேஜ், இப்போது பாதாளத்துக்குப் போய்விட்டது.

இந்தக் காலகட்டத்தில், ‘உலக இளைஞர்களின், அடுத்த தலைமுறையின் பானம்’ என்கிற அந்தஸ்தைக் கைப்பற்றிக் கொண்டிருந்தது பெப்ஸி. இதனை மேலும் அழுத்தமாக வலியுறுத்துவதற்காக, அவர்கள் மைக்கேல் ஜாக்ஸனைத் தேர்ந்தெடுத்தார்கள்.

பெப்ஸி கோலாவுக்கும், மைக்கேல் ஜாக்ஸனு(*Micahel Jackson*)க்கும் அதுவரை எந்த நேரடிச் சம்பந்தமும் இல்லை.

ஆனால், அவர்தான் தனது அடுத்த கட்ட விளம்பரங்களுக்குப் பொருத்தமானவர் என்று தீர்மானித்திருந்தது பெப்ஸி.

தனது வித்தியாசமான குரல், சுறுசுறு நடனங்கள், பிரம்மாண்டமான காட்சி அமைப்புகளின்மூலம் அன்றைய இசை, நடனப் பிரியர்களை ஒட்டுமொத்தமாகக் கவர்ந்திருந்தார் ஜாக்ஸன். அன்றைய அமெரிக்கர்கள், குறிப்பாகச் சிறுவர்கள், இளைஞர்கள் எல்லோரும் ஜான்ஸனின் பாடல்கள், நடன பாணியின்மீது பித்துப் பிடித்து அலைந்தார்கள். உலகமெங்கும் அவருக்கு ரசிகர் வட்டம் உருவாகத் தொடங்கியிருந்தது.

இப்படிப்பட்ட ஓர் இளம் சாதனையாளர், நாளைய தலைமுறையின் லட்சிய பிம்பமாகத் திகழ்கிறவர் - இந்த இரண்டு காரணங்களுக்காகவே, ஜாக்ஸன்தான், தன்னுடைய 'புதிய தலைமுறை' விளம்பரங்களில் தோன்றவேண்டும் என்று விரும்பியது பெப்ஸி.

இதற்காக, அதுவரை யாரும் கேள்விப்பட்டிருக்காத அளவுக்குப் பெரும்தொகை ஒன்று மைக்கேல் ஜாக்ஸனுக்குச் சம்பளமாக வழங்கப்பட்டது. இதுதவிர, அவருடைய விளம்பரங்களைப் படமாக்குவதற்கும் பெரிய அளவில் செலவு செய்யத் தீர்மானித்திருந்தது பெப்ஸி.

இந்தத் தகவல்கள் வெளியானபோது, பெரும்பாலானோர் பெப்ஸிக்குப் பைத்தியம் பிடித்துவிட்டது என்றே முடிவு கட்டிவிட்டார்கள். பின்னே? இத்தனை டாலர்கள் செலவழித்து, மைக்கேல் ஜாக்ஸனை விளம்பரங்களில் பயன்படுத்தவேண்டிய அவசியம் என்ன? அந்தத் தொகையில் ஏழெட்டு நல்ல விளம்பரங்கள் எடுத்து முடித்துவிடலாமே!

இப்படிக் கேலி பேசியவர்களெல்லாம்கூட, பெப்ஸிக்காக மைக்கேல் ஜாக்ஸன் என்ன செய்யப்போகிறார் என்பதைத் தெரிந்துகொள்கிற ஆவலில்தான் இருந்தார்கள். இந்தப் புதிய சவாலைக் கோக-கோலா எப்படிச் சமாளிக்கப் போகிறது என்பதையும் அவர்கள் ஆர்வத்தோடு கவனித்துக் கொண்டிருந்தார்கள்.

1984ம் ஆண்டுத் தொடக்கத்தில், பெரும் பரபரப்புக்கு நடுவே பெப்ஸியின் மைக்கேல் ஜாக்ஸன் வரிசை விளம்பரங்கள் வெளியிடப்பட்டன. இந்த விளம்பரங்களை, பெப்ஸி நிறுவனம் காசு கொடுத்து ஒளிபரப்பவேண்டிய அவசியமே ஏற்படவில்லை. அநேகமாக எல்லாத் தொலைக்காட்சி நிலையங்களும், இந்த விளம்பரங்களை விசேஷச் செய்திகளைப்போல் திரும்பத் திரும்ப ஒளிபரப்பின. அவற்றைப் பார்த்து, ஒட்டுமொத்த அமெரிக்காவும், வாயடைத்துப்போய் நின்றுவிட்டது.

இதுமாதிரி விளம்பரங்களை அவர்கள் அதுவரை பார்த்ததில்லை, கற்பனையில்கூட நினைத்ததில்லை. அப்படி ஒரு துல்லியம், கச்சிதம், துடிதுடிக்கும் இசை, சிலிர்ப்பூட்டும் நடன அசைவுகள், துள்ளல் ஜாக்ஸன், அந்த விளம்பரங்களுக்குள் ஏதோ மாயாஜாலம் ஒளிந்திருப்பதாக அமெரிக்கர்கள் ஒவ்வொருவருக்கும் தோன்றியது. மைக்கேல் ஜாக்ஸன், பெப்ஸி கோலாவை அமெரிக்காவின் மிகப் பெரிய பிரபலமாக்கிவிட்டார்.

இதன்மூலம், பெப்ஸியின் 'இளமை' பிம்பம், மீண்டும் ஒருமுறை அழுத்தமாக வலியுறுத்தப்பட்டது. கூடவே, கோக-கோலாவின் 'பழைய' முகமும்.

குளிர் பானங்களுக்காக அதிகக் காசு செலவழிக்கிறவர்கள் என்று பார்த்தால் சிறுவர்கள், இளைஞர்கள்தான். அவர்களுக்குப் பிடித்த மைக்கேல் ஜாக்ஸனைத் தனது அடையாளமாக மாற்றிக்கொண்ட பெப்ஸி கோலாவுக்கு, நிறைய இளம் ரசிகர்கள் கிடைத்தார்கள். அதன் விற்பனை கணிசமாக அதிகரிக்கத் தொடங்கியிருந்தது.

அதேசமயம், கோக-கோலாவுக்கும் பெரிய பாதிப்பு ஏற்பட்டுவிட வில்லை. மொத்த விற்பனையில் ஒன்றிரண்டு புள்ளிகள் குறைந்திருக்கும், அவ்வளவுதான்.

ஆனால், அந்தச் சிறிய சரிவுகூட, கோக-கோலா நிர்வாகிகளுக்குப் பூதாகரமாகத் தெரிந்தது. பெப்ஸியின் ஒவ்வொரு வளர்ச்சியையும்,

தங்களுடைய காலுக்குக் கீழே தோண்டப்படுகிற குழியாகத்தான் அவர்கள் நினைத்தார்கள்.

பெப்ஸியால் கோக-கோலாவுக்கு உடனடி பாதிப்பு இல்லாவிட்டாலும், தங்களுடைய 'நம்பர் 1' கௌரவத்தின் தலையில் ஒரு கத்தி தொங்க ஆரம்பித்திருப்பதை கோக-கோலா உணர்ந்துகொண்டது. இதை உறுதிப்படுத்துவதுபோல், அடுத்த சில வருடங்களில் கோக-கோலா மற்றும் பெப்ஸிக்கு நடுவிலான இடைவெளி கொஞ்சம் கொஞ்சமாகக் குறைந்துகொண்டே இருந்தது.

1980ம் ஆண்டுத் தொடக்கத்தில், குளிர் பானங்களுக்கான சந்தையில் சுமார் 24.3 சதவிகிதத்தைக் கைப்பற்றியிருந்தது கோக-கோலா. நான்கு வருடங்கள் கழித்து, 1984ல் இந்தச் சதவிகிதம் 21.8 எனச் சரிந்திருந்தது.

வெறும் இரண்டரை சதவிகிதம்தானே, இது என்ன பெரிய விஷயம் என்று இதனை அலட்சியப்படுத்திவிடமுடியாது. குளிர் பானங்களுக்கான சந்தை மிகப் பெரியது. அங்கே அரை சதவிகிதம் குறைந்தாலே, கிட்டத்தட்ட நூற்றைம்பது மில்லியன் டாலர்கள் நஷ்டம் என்று அர்த்தம்.

தன்னுடைய சந்தைப் பங்கு குறைகிறதே என்பதுமட்டும் கோக-கோலாவின் வருத்தம் அல்ல. இந்த முன்னாள் வாடிக்கையாளர்கள் எல்லோரும், இப்போது பெப்ஸியின் ரசிகர்களாகிவிட்டார்கள் என்பதால், அவர்களுக்கு இரட்டை அடி.

கோக-கோலா நிறுவனம், இப்போதாவது சுதாரித்துக்கொண்டு ஏதேனும் செய்தால்தான் உண்டு, இல்லையென்றால், பிறகு மிகத் தாமதமாகிவிடும்.

பிரச்னை என்னவென்றால், கோக-கோலா தன்னால் முடிந்த எல்லாவற்றையும் செய்து பார்த்து ஓய்ந்திருந்தது. விளம்பரங்களுக்குச் செலவழிப்பதில் அவர்கள் எப்போதும் சிக்கனம் பார்த்தது இல்லை, விற்பனைப் பிரதிநிதிகள்,

பாட்லர்ஸ், நிர்வாகிகள், ஊழியர்கள் என்று எல்லோரையும் நன்றாகத்தான் கவனித்துக்கொள்கிறார்கள், இவர்கள் துணையோடு, அமெரிக்காவின் ஒவ்வொரு சதுர அங்குலப் பரப்பளவிலும் கோக-கோலா கண்டிப்பாகக் கிடைக்கும்படி பார்த்துக்கொண்டிருக்கிறார்கள், கோக-கோலா பெப்ஸியைவிட அதிக விலை என்றும் சொல்வதற்கில்லை.

இப்படி எத்தனைவிதமாக யோசித்தாலும், பெப்ஸி ஏன் அதிகம் விற்கிறது என்கிற கேள்விக்கு அவர்களால் விடை கண்டுபிடிக்க முடியவில்லை. சுற்றிச் சுற்றி எல்லாம் ஒரேமாதிரிதான் இருக்கிறது. இத்தனைக்குப் பிறகும், பெப்ஸியைமட்டும் மக்கள் விரும்புகிறார்கள். ஏன்?

அப்போதுதான், அவர்களுக்கு 'பெப்ஸி சவால்' ஞாபகத்துக்கு வந்தது. ஏகப்பட்ட மக்கள், இரண்டு வெவ்வேறு குளிர் பானங்களைப் பருகிவிட்டு, 'இதுதான் அதிகச் சுவையாக இருக்கிறது' என்று பெப்ஸியைத் தேர்ந்தெடுத்தார்களே, ஒருவேளை அது உண்மையாக இருக்குமோ?

எல்லாம் சரியாகத்தான் செய்கிறோம், ஆனாலும் கோக-கோலாவின் விற்பனையில் முன்னேற்றம் இல்லை. அப்படியானால், நாம் விற்கிற பொருளில் குறை என்றுதானே அர்த்தம்? பெப்ஸியைவிட, கோக-கோலா சுவை குறைவாக இருந்தால், மக்கள் அதை எப்படி வாங்குவார்கள்?

இப்படி யோசித்த கோக-கோலா, ஒரு விபரீதமான முடிவுக்கு வந்தது!

13. மகா சொதப்பல்

நம் ஊரில் 'சிதம்பர ரகசியம்' என்று சொல்கிறோமே, அதுபோல அமெரிக்காவிலும் சில 'டாப் சீக்ரட்' சமாசாரங்கள் உண்டு. இவற்றை மூன்றாம் நபருக்குத் தெரியாதபடி வங்கி லாக்கர்களுக்குள் பத்திரமாகப் பாதுகாத்துவைத்திருப்பார்கள்.

இந்த ரகசியப் பட்டியலில் முதல் இடம் பிடிப்பது, *'7X'* என்று செல்லமாக அழைக்கப்படும் கோக-கோலாவுக்கான ஃபார்முலா. இன்றுவரை, இந்த ரகசியச் சூத்திரத்தைத் தெரிந்தவர்களின் எண்ணிக்கை ஒரு கைவிரல்களுக்குள் அடங்கிவிடும் என்கிறார்கள்.

'7X' என்பது, ஏழு ரகசியப் பொருள்களின் கலவை. என்னென்ன பொருள்கள், அவற்றை என்ன விகிதத்தில் எப்படிக் கலக்கவேண்டும் என்பதில்தான் விஷயமே.

*1886*ம் ஆண்டு ஜான் பெம்பர்டன் உருவாக்கிய ஃபார்முலா இது. காலப்போக்கில் இதில் சில குறிப்பிடத்தக்க மாற்றங்களைச் செய்யவேண்டியிருந்தது. முக்கியமாக, போதைப் பொருள் என்று சர்ச்சை கிளம்பிய கொக்கைன் முற்றிலுமாக நீக்கப்பட்டுவிட்டது.

அதன்பிறகு, கிட்டத்தட்ட தொண்ணூறு ஆண்டுகளாகக் கோக-கோலாவின் ஃபார்முலாவில் எந்தப் பெரிய மாற்றமும் இல்லை. அதே பழைய *'7X'* சூத்திரத்தின் அடிப்படையில் உருவாக்கப்பட்ட கோக-கோலாதான், உலகமெங்கும் பாட்டில்களாக, கேன்களாக விற்கப்பட்டது.

கோக-கோலாவின் ஃபார்முலாதான், அதன் மிகப் பெரிய பலம் என்று நினைக்கிறவர்கள் இப்போதும் இருக்கிறார்கள். அந்தச் சுவையை எப்படிக் கொண்டுவருவது என்று வெளியாள்களுக்குத் தெரியாதவரை, கோக-கோலாதான் மஹாராஜா, இதில் சந்தேகமே இல்லை.

தனது இந்த மிகப் பெரிய ரகசியம் வெளியே கசிந்துவிடக்கூடாது என்பதற்காக, கோக-கோலா நிறுவனம் என்னென்னவோ பாதுகாப்பு ஏற்பாடுகளைச் செய்துகொண்டிருந்தது. *'7X'* ஃபார்முலாவை வங்கி லாக்கர் ஒன்றில் பூட்டி வைத்து, அதன்மீது பாம்பு, தேள், நட்டுவாக்காலியையெல்லாம் விட்டு பந்தோபஸ்து பண்ணியிருந்தார்கள்.

மொத்தக் கம்பெனியிலும், *'7X'* ரகசியம் தெரிந்தவர்களின் எண்ணிக்கை ஒன்றிரண்டைத் தாண்டாது. பாதுகாப்புக் காரணங்களுக்காக, இவர்கள் எங்கேயும் ஒன்றாக இணைந்து வெளியில் செல்வதில்லை, ஒரே விமானத்தில் பயணம் செய்வது இல்லை.

கோக-கோலா சிரப் தயாரிப்பை இவர்கள்தான் நேரடியாக மேற்பார்வையிடவேண்டும். வெறும் வாசனையை வைத்தே, ஃபார்முலா சரியாக இருக்கிறதா, இல்லையா என்று சொல்லிவிடும் திறமை, அனுபவம் இவர்களுக்கு உண்டு.

மற்ற ஊழியர்கள் எல்லோருக்கும் வெறும் சங்கேதக் குறியீடுகள்தான் கொடுத்திருந்தார்கள். 'அந்த அஞ்சாம் நம்பரை எடுத்து ஏழாம் நம்பரில் போடு' என்பதுபோல் பூடகமாகப் பேசிக்கொள்வார்களேதவிர, எந்தப் பொருள், எவ்வளவு விகிதத்தில் கலக்கப்படுகிறது என்பது அவர்களுக்குத் தெரியாது.

இப்படிக் கஷ்டப்பட்டுப் பாதுகாக்கிற *'7X'* ஃபார்முலாதான், தங்களுடைய மிகப் பெரிய சொத்து என நம்பியது கோக-கோலா. அதன் சுவையில் அவர்களுக்கு அப்படி ஒரு பெருமை.

ரசிகர்களும், 'எங்கள் உடம்பில் ரத்தத்துக்குச் சமமாகக் கோக-கோலாதான் ஓடுகிறது' என்று பெருமிதமாகச் சொல்லிக்கொள்வார்கள். குழந்தைப் பருவத்தில் தொடங்கி, வாழ்நாள்முழுவதும் தண்ணீரைவிட அதிகமாக, கோக-கோலா குடித்த அமெரிக்கர்கள் உண்டு. கிட்டத்தட்ட ஒரு நூற்றாண்டு காலப் பாரம்பர்யம் அது.

பாரம்பர்யத்தால் என்ன பிரயோஜனம்? இன்றைய விற்பனைக் கணக்கு என்ன? அதுதானே முக்கியம்?

அங்கேதான் கோக-கோலாவுக்கு ஜன்னி கண்டிருந்தது. இத்தனை வருடங்களாக அவர்கள் பாடுபட்டுச் சேர்த்த வாடிக்கையாளர்களை, பெப்ஸி அள்ளிக்கொண்டு போகிறது. அவர்களுடைய விளம்பரங்களைப் பார்க்கும்போது, பெப்ஸிக்கு நல்ல பெயர் கிடைக்கிறதோ இல்லை, ஆட்டோமேடிக்காக, கோக-கோலாவுக்குக் கெட்ட பெயர் வந்துவிடுகிறது.

அமெரிக்கச் சூழலில் ஒரு மிகப் பெரிய ஹீரோவாக இருந்த கோக-கோலா, திடுதிப்பென்று வில்லனாகிவிட்டது. இந்தச் சிக்கலில் இருந்து விடுபடுவது எப்படி என்று புரியாமல் அதன் நிர்வாகிகள் தவித்தார்கள்.

இதற்குமேலும் பெப்ஸியை வளரவிட்டால், அவர்கள் கோக-கோலாவைத் தாண்டி அமெரிக்காவின் 'நம்பர் *1*' குளிர் பானமாகிவிடுவார்கள். அந்த அவமானத்தைக் கோக-கோலாவால் தாங்கிக்கொள்ளவே முடியாது.

கோக-கோலா நிர்வாகிகள் ஒவ்வொருவரும், 'ஏதாவது செய்யவேண்டும்' என்று பைத்தியம் பிடித்ததுபோல் திரிந்தார்கள். எப்படியாவது அமெரிக்கர்களை மீண்டும் கோக-கோலாப் பிரியர்களாக மாற்றவேண்டும். அது எப்படி?

விளம்பரங்களை அதிகப்படுத்தியாகிவிட்டது, வள்ளல்கணக்காக இலவசக் கூப்பன்களை அள்ளிவிடுகிறோம், லேட்டஸ்ட் மார்க்கெட்டிங் நுணுக்கங்கள் அனைத்தையும் முயன்று பார்த்துவிட்டோம், சிறிய பெட்டிக்கடைகளில் தொடங்கி சூப்பர் மார்க்கெட்வரை எங்கேயும் கோக-கோலா கிடைக்கிறது. இத்தனைக்குப்பிறகும், மக்கள் கோக-கோலாவை வாங்க மறுக்கிறார்கள் என்றால், அதற்கு என்ன காரணம் இருக்கமுடியும்?

சுவை? நூறு வருடப் பழசான கோக-கோலாவின் சுவை, மக்களுக்கு அலுத்துப்போய்விட்டதோ? ஏதேனும் புதுசாக வேண்டும் என்று பெப்ஸியை நாடுகிறார்களோ?

இத்தனை ஆண்டுகளாக, 'எங்கள் ஃபார்முலாதான் உசத்தி' என்று பெருமிதப்பட்டுக்கொண்டிருந்த கோக-கோலா நிறுவனம், இப்போது திடீரென்று அதையே தனது பலவீனமாக நினைப்பது சுத்தமான அபத்தம்தான். ஆனால், பெப்ஸியின் அதிரடியால், இப்படி யோசிக்கவேண்டிய நிலைமைக்கு அவர்கள் தள்ளப்பட்டிருந்தார்கள்.

தங்களுடைய ஃபார்முலாவில் குறை இருக்கிறது என்று கோக-கோலாவை நினைக்கவைத்தது, பெப்ஸியின் மிகப் பெரிய வெற்றி. இந்த எண்ணம் தோன்றியபிறகு, அவர்களுக்கு வேறு எதுவும் முக்கியமாகத் தெரியவில்லை.

கோக-கோலாவின் ஃபார்முலா சரியில்லை. அதைமட்டும் மாற்றிவிட்டால், எல்லாம் சரியாகிவிடும் என்கிற கண்மூடித் தனமான நம்பிக்கை ஒன்று, கோக-கோலா வட்டாரங்களில் உருவாகியிருந்தது. இதற்கான ரகசியப் பரிசோதனைகள் உடனடியாகத் தொடங்கின.

இந்தமுறை, அவர்கள் பெப்ஸி கோலாவைத்தான் தங்களுடைய இலக்காக நினைத்துக்கொண்டார்கள். மக்களுக்கு பெப்ஸியின் சுவைதான் அதிகம் பிடிக்கிறது. அப்படியானால், நம்முடைய ஃபார்முலாவையும் அதேபோல் மாற்றியாகவேண்டும் என்று முடிவுகட்டினார்கள்.

பல கோக-கோலா அதிகாரிகள், ஆராய்ச்சியாளர்கள் அப்போதுதான் முதன்முறையாக பெப்ஸியைக் குடித்துப் பார்க்கிறார்கள். இந்தப் பானத்தில் அப்படி என்னதான் இருக்கிறது? கோக-கோலாவைவிடக் கொஞ்சம் அதிகமாகத் தித்திக்கிறது. அந்த இனிப்புச் சுவைதான் மக்களுக்குப் பிடிக்கிறதோ?

யுரேகா! கோக-கோலாவில் இனிப்பை அதிகப்படுத்திவிட்டால், அதன் சுவையும் மக்களுக்குப் பிடித்துப்போய்விடும். அவ்வளவுதான், பெப்ஸி காலி!

யோசிக்க யோசிக்க சிரிப்பு வருகிறதில்லையா? இரண்டாம் இடத்தில் இருக்கும் பெப்ஸியை, முதல் நிலையில் பல ஆண்டுகளாகக் காலூன்றியிருக்கிற கோக-கோலா காப்பியடித்தால், அதைவிடக் காமெடி வேறு என்ன இருக்க முடியும்?

கோக-கோலா அதிகாரிகளுக்கு ஏனோ இந்த அபத்தம் புரியவே இல்லை. 'அட்டகாசமான யோசனை' என்று தங்களுக்குத் தாங்களே முதுகு சொரிந்துகொண்டு, கோக-கோலாவின் ஃபார்முலாவை மாற்றும் முயற்சிகளில் இறங்கினார்கள்.

7X ஃபார்முலா— இத்தனை நாள்களாகப் பைபிள்போல் பாதுகாக்கப்பட்டுவந்த ரகசிய ஆவணம். இதுதான் கோக-கோலாவின் வெற்றிக்கான முதுகெலும்பு என்று முதலாளிகள் தொடங்கித் தொழிலாளர்கள்வரை எல்லோரும் நம்பிக்கொண்டிருந்த சூத்திரம். இனிமேல் அது நமக்கு வேண்டாம் என்று முடிவெடுத்துவிட்டது கோக-கோலா.

புதிய ஃபார்முலாவுக்கான ஆய்வுகள், மிகவும் ரகசியமான முறையில் நடைபெற்றன. கிட்டத்தட்ட நூறு வருடங்களுக்குமுன்னால், ஜான் பெம்பர்டன் செய்த அதே வேலையை, இப்போது பல ஆராய்ச்சியாளர்கள் செய்துகொண்டிருந்தார்கள். விதவிதமான கலவைகளில் சிரப்கள் தயாரிக்கப்பட்டுப் பரிசோதிக்கப்பட்டன.

கடைசியில், அவர்கள் விரும்பியதுபோன்ற ஒரு ஃபார்முலா கிடைத்துவிட்டது. பழைய கோக-கோலாவைவிட அதிகத் தித்திப்புடன், கிட்டத்தட்ட பெப்ஸி கோலாமாதிரியே சுவைக்கிற ஒரு பானத்தை அவர்கள் கண்டுபிடித்து(?)விட்டார்கள்.

கோக-கோலா மேலிடம் இந்தப் புதிய பானத்தைக் குடித்துப் பார்த்து, 'ஆஹா' என்று அகமகிழ்ந்தது. 'இது ஒன்றே போதும், நாசக்கார பெப்ஸியை ஓட ஓட விரட்டிவிடலாம்' என்று உற்சாகமாகச் சொல்லிக்கொண்டார்கள்.

அவர்கள் சொன்னால் போதுமா? மக்கள் என்ன நினைக்கிறார்கள் என்பதைத் தெரிந்துகொள்ளவேண்டாமா?

மீண்டும் இன்னொரு ரவுண்ட் ரகசியப் பரிசோதனைகளில் இறங்கியது கோக-கோலா. சில நூறு வாடிக்கையாளர்களிடம், பெப்ஸி கோலாவையும் தங்களுடைய புதிய பானத்தையும் பருகக் கொடுத்தார்கள், 'இந்த இரண்டில் எதன் சுவை உங்களுக்கு அதிகம் பிடித்திருக்கிறது?' என்று கேட்டார்கள்.

என்ன நடக்கிறது என்று புரியாத மக்கள், குழப்பத்துடன் அந்தப் பானங்களைக் குடித்துப் பார்த்தார்கள். இரண்டுமே கிட்டத்தட்ட ஒரேமாதிரியாகத்தான் தித்திக்கிறது. இவற்றில் எதைச் சிறந்தது என்று தேர்ந்தெடுப்பது?

பெரும்பாலான வாடிக்கையாளர்கள், அப்போதைக்குத் தங்கள் மனத்தில் என்ன தோன்றியதோ அதைச் சொன்னார்கள். இந்தத் தகவல்களைக் கூட்டிக் கழித்துப் பார்க்கிறபோது, பெப்ஸி கோலாவைவிட, கோக-கோலாவின் புதிய பானம் அதிக வாக்குகளைப் பெற்று ஜெயித்திருந்தது.

போதாதா? கோக-கோலா மேலிடத்தில் திருவிழாக் கொண்டாட்டம்தான். பெப்ஸி கோலாவை வீழ்த்தக்கூடிய ஒரு பானத்தைக் கண்டுபிடித்துவிட்டோம் என்று அவர்கள் உற்சாகத்தில் மிதந்தார்கள்.

அப்போதும், சிலருக்குச் சந்தேகம் தீரவில்லை. நிஜமாகவே

அமெரிக்கர்கள் இந்த மாற்றத்தை ஏற்றுக்கொள்வார்களா? வெறும் இருநூறு, முன்னூறு பேரிடம் சுவைப் பரிசோதனை செய்து பார்த்துவிட்டு, அதன் அடிப்படையில் தொண்ணூற்றெட்டு வருட கோக-கோலா ஃபார்முலாவை மாற்றுவதா? எங்கேயோ கொஞ்சம் இடிக்கவில்லை?

கொஞ்சம் இல்லை, நிறையவே இடித்தது. ஆனால், கோக-கோலா நிர்வாகம் அதைக் கவனிக்கிற மனோநிலையில் இல்லை. ஃபார்முலா மாற்றம்தான் தங்களுடைய பிரச்னைக்கு ஒரே தீர்வு என்று அவர்கள் ஏற்கெனவே முடிவு செய்துவிட்டார்கள். அதற்கு எதிராகப் பேசப்படும் கருத்துகளையெல்லாம், அவர்கள் அடாவடியாக எதிர்த்தார்கள்.

எதற்கும் இருக்கட்டும் என்று மேலும் பல வாடிக்கையாளர்களிடம் சுவைப் பரிசோதனைகள் நிகழ்த்தப்பட்டன. இதிலும், பெப்ஸி கோலாவை மிஞ்சியது புதிய கோக-கோலா.

அவ்வளவுதான்! உள் எதிர்ப்புகள் அனைத்தும் நமுத்துப்போய் விட்டன. கோக-கோலாவின் புதிய ஃபார்முலாவை முழுவீச்சில் அறிமுகப்படுத்துவது என்று உறுதியாக முடிவு செய்துவிட்டது கோக-கோலா நிர்வாகம்.

கடைசியாக, பழைய கோக-கோலாப் பிரியர்கள் ஒரே ஒரு கோரிக்கை வைத்தார்கள் - ஐயா பெரியவர்களே, நீங்கள் புது ஃபார்முலாவைக் கொண்டுவாருங்கள், மார்க்கெட்டை வளைத்துப் போடுங்கள், அத்தனைக்கும் எங்களுடைய வந்தனங்கள். ஆனால், அதற்காக, தொண்ணூற்றெட்டு வருஷத்துப் பழைய ஃபார்முலாவை ஏன் ஒதுக்கவேண்டும்? இதுபாட்டுக்கு இது, அதுபாட்டுக்கு அது என்று இரண்டுமே இருந்துவிட்டுப் போகட்டுமே?

'ம்ஹூம், சான்ஸே இல்லை' என்று சொல்லிவிட்டது கோக-கோலா மேலிடம். ஒரே பெயரில் இரண்டுவிதமான குளிர் பானங்கள் வெளியானால் மக்கள் குழப்பமடைவார்கள். தவிர, பழைய ஃபார்முலாவைவிடப் புதுசு மிகச் சிறந்தது,

சுவையானது. இதனைக் குடித்தபிறகு, மக்கள் பழைய கோக-கோலாவை மொத்தமாக மறந்தேபோய்விடுவார்கள்.

புதிய கோக-கோலா விஷயத்தில், அதன் நிர்வாகிகளுக்கு இப்படி ஓர் அசைக்கமுடியாத நம்பிக்கை பிறக்கக் காரணம் - சுவைப் பரிசோதனைகள்தான். பழைய கோக-கோலாவுக்கும் பெப்ஸிக்கும் இடையே நடந்த சுவைப் போட்டியில்தானே நாம் தோற்றுப்போனோம்? இப்போது புதிய கோக-கோலா, அதே பெப்ஸியைச் சுவைப் போட்டிகளில் ஜெயிக்கிறது. ஆகவே, அமெரிக்க மக்கள் இதனை நிச்சயமாக விரும்பி வரவேற்பார்கள் என்று அவர்கள் நம்பினார்கள்.

பிரச்னை என்னவென்றால், இந்தச் சுவைப் பரிசோதனைகளின் போது, அவர்கள் மக்களிடம் கேட்ட கேள்வியே தப்பு!

நம்மிடம் ஒருவர், நாலு முறுக்குகளைக் கையில் கொடுத்துச் சாப்பிட்டுப்பார்க்கச் சொல்கிறார். கடுக்முடுக்கென்று இல்லாமல், நல்ல ருசியுடன் இருக்கிறது. நாக்கில் போட்டதும் ஜோராகக் கரைகிறது.

‘முறுக்கு எப்படி?’ என்று ஆர்வத்தோடு கேட்கிறார் அவர்.

‘பிரமாதம்’ அடுத்த முறுக்கை வாயில் போட்டு நொறுக்கியபடி மனமாரச் சொல்கிறோம்.

உடனே அவர், ‘இனிமேல் உங்களுக்குச் சாதம், குழம்பு, ரசம், தயிர், இட்லி, தோசை, சப்பாத்தி எதுவும் கிடையாது, மூணு வேளையும் இந்த முறுக்குதான் சாப்பாடு’ என்று சொன்னால் எப்படியிருக்கும்?

முறுக்கு நன்றாக இருக்கிறதுதான். ஆனால் அதற்காக, இத்தனை வருடங்களாகச் சாப்பிட்டுப் பழகிய உணவுப் பொருள்களையெல்லாம் மறந்துவிட்டு, மூன்று வேளையும் முறுக்கையே சாப்பிட்டுப் பசியாறமுடியுமா?

கோக-கோலா விஷயத்தில் அதுதான் நடந்தது. மக்களிடம் ஒரு புதிய குளிர்பானத்தைக் கொடுத்துக் கருத்துக் கேட்டார்கள்,

அவர்கள் 'நன்றாக இருக்கிறது' என்று சொன்னதும், சட்டென்று அவர்கள் மனம் கவர்ந்த இன்னொரு பழைய பானத்தைப் பறித்துவிட்டார்கள்.

புதிய ஃபார்முலா கோக-கோலாவை மக்கள் விரும்புகிறார்கள் என்பது ஒரு தகவல். அது உண்மையாகவே இருந்தாலும், அதற்காகப் பழைய கோக-கோலாவை அவர்கள் வெறுக்கிறார்கள் என்று யார், எப்படி முடிவு செய்யமுடியும்?

இந்த விஷயம்தான், கோக-கோலா நிர்வாகிகளுக்குப் புரியவில்லை, எடுத்தேன், கவிழ்த்தேன் என்று கோக-கோலாவின் ஃபார்முலாவை மாற்றுவதாக முடிவெடுத்துவிட்டார்கள். அதற்குப் 'புதிய கோக்' *(New Coke)* என்று அலங்காரமாகப் பெயரும் வைத்துவிட்டார்கள். இதோடு, பழைய கோக-கோலாவை நிரந்தரமாகக் கைவிட்டுவிடுவதாகவும் தீர்மானிக்கப் பட்டுவிட்டது.

ஆனால், இதற்கெல்லாம் 'பாஸ்' ஒப்புக்கொள்வாரா?

தாகம் கொண்ட எல்லோருக்கும் தண்ணீருக்குப் பதிலாக, கோக-கோலாவின் ஞாபகம் வரவேண்டும். அப்போது அவர்களுடைய கைக்கெட்டும் தூரத்தில் ஒரு கோக-கோலா இருக்கவேண்டும் என்று தீர்மானித்துக்கொண்டு, அதற்கேற்ப உழைத்து ஜெயித்தவர் 'பாஸ்' ராபர்ட் வுட்ரஃப். அமெரிக்காவில் மட்டுமின்றி, உலகம்முழுவதும் கோக-கோலாவைக் கொண்டு சேர்த்த பெருமை அவருக்கு உண்டு.

ராபர்ட் வுட்ரஃபைப் பொறுத்தவரை, கோக-கோலா பானமும் சரி, அந்த நிறுவனமும் சரி, அவருடைய உயிரில் கலந்துவிட்ட சமாசாரங்கள். தன்னுடைய காலம்முழுவதும் கோக-கோலாமீது அவர் வைத்திருந்த உறுதியான நம்பிக்கையை யாராலும் எதனாலும் அசைக்கமுடியவில்லை.

இப்போது, வுட்ரஃபுக்குத் தள்ளாத வயது. ஆனாலும், கோக-கோலாவுக்கு அவர்தான் 'பாஸ்'. அந்த இடத்தில் வேறு எவரையும் அவர்களால் நினைத்துப் பார்க்கக்கூட முடியாது.

கோக-கோலாவுடன் கிட்டத்தட்ட எழுபது வருடக் காதலை வளர்த்துக்கொண்டிருந்த பாஸ், இந்த ஃபார்முலா மாற்றத்தை ஏற்றுக்கொள்வாரா? இத்தனை ஆண்டுகளாக நமக்குச் சோறு போட்டுக் குழம்பு ஊற்றிக்கொண்டிருந்த ஃபார்முலாவை மாற்றப்போகிறோம் என்று சொன்னால், கொதித்துப்போய்விடமாட்டாரா?

இப்படி யோசித்த கோக-கோலா நிர்வாகிகள், அவரிடம் இதுபற்றிப் பேசத் தயங்கினார்கள். ஆனால், பெரியவரின் சம்மதம் இல்லாமல், முக்கியமான இந்த மாற்றத்தை நிறைவேற்றிவிடமுடியாது.

'சொல்கிற விதத்தில் சொன்னால், பாஸுக்கு நிச்சயமாகப் புரியும்' என்றார் அப்போதைய கோக-கோலா தலைவர் ராபர்டோ கோஸ்வெடா. வுட்ரஃபைச் சந்தித்துப் பேசுகிற முக்கியமான பொறுப்பையும் அவரே ஏற்றுக்கொண்டார்.

அப்போது ராபர்ட் வுட்ரஃப் படுத்த படுக்கையாகக் கிடந்தார். கேட்கும் திறன் கொஞ்சம் கொஞ்சமாகக் குறைந்துகொண்டிருந்தது. அவரிடம் விற்பனைப் புள்ளி விவரங்களையெல்லாம் நிதானமாக எடுத்துச் சொல்லிக் கொண்டிருக்கமுடியாது, 'பாஸ், உங்கள் கம்பெனி சரிந்து விழுந்துகொண்டிருக்கிறது, அதை மீண்டும் தூக்கி நிறுத்துவதற்கு இது ஒன்றுதான் வழி' என்று சத்தமாகக் காதின் அருகே சென்று கூவவேண்டும்.

கோஸ்வெடா அதைத்தான் செய்திருக்கவேண்டும். சில நிமிடங்களே நீடித்த இந்தப் பேச்சுவார்த்தையில், தன்னுடைய கட்டாயங்களை, தனது இந்த முடிவில் இருக்கும் நியாயங்களை பாஸ் உடனடியாகப் புரிந்துகொண்டுவிட்டதாகச் சொல்கிறார் கோஸ்வெடா. இதன்மூலம், கோக-கோலாவின் ஃபார்முலாவை மாற்றுவதற்கு வுட்ரஃபின் ஒப்புதல் கிடைத்துவிட்டது.

கோக-கோலா, வுட்ரஃபின் சரித்திரத்தை அறிந்தவர்கள், இத்தனை சுலபத்தில் ஃபார்முலா மாற்றத்தை பாஸ் அங்கீகரித்திருப்பாரா

என்று நம்பமுடியாமல் ஆச்சர்யப்படுகிறார்கள். என்னதான் காலம் மாறிவிட்டாலும், கோக-கோலா மாறமுடியுமா? அதுவும், பாஸ் ராபர்ட் வுட்ரஃப் உயிரோடு இருக்கும்போது?

மாறப்போகிறது. வுட்ரஃப் ஒவ்வொரு செங்கல்லாகப் பார்த்துப் பார்த்துக் கட்டிய கோட்டையை, இப்போது இடித்துத் தள்ளிவிட்டு, நவீன ஷாப்பிங் காம்ப்ளக்ஸ் கட்டப்போகிறார்கள். விரும்பியோ, விரும்பாமலோ பாஸ் அதற்கு ஒப்புதல் தெரிவித்துவிட்டார்.

இத்தனை ஆண்டுகளாகத் தன்னுடைய தினசரி வாழ்க்கையின் ஒரு பகுதியாகவே மாறிவிட்ட கோக-கோலா குளிர்பானம், இனிமேல் வெறும் கனவாகப் பழங்கதையாகமட்டுமே மறைந்துவிடப்போகிறது என்கிற யதார்த்தத்தை, ராபர்ட் வுட்ரஃபால் முழுமையாக ஏற்றுக்கொள்ளமுடியவில்லை. ஃபார்முலா மாற்றத்துக்கு ஒப்புதல் தெரிவித்துவிட்டாரேதவிர, நூறு வருடப் பாரம்பரியம் ஒன்று முடிந்துவிடப்போகிறது என்று நினைத்தபோது, அவருக்குத் தாங்கவில்லை.

அன்று இரவு, அவருக்குப் பசி இல்லை, அல்லது சாப்பிடப் பிடிக்கவில்லை. 'டின்னர் வேண்டாம்' என்று சொல்லிவிட்டார் வுட்ரஃப்.

மறுநாள் காலையும், அவர் சாப்பிடவில்லை. மதியம், இரவும் அவ்வாறே.

சாப்பாடுமட்டுமல்ல, கோக-கோலாவின் ஃபார்முலா மாற்றத்துக்கு ஒப்புதல் தெரிவித்தபிறகு, அடுத்த சில வாரங்களுக்கு, ராபர்ட் வுட்ரஃபுக்கு எதிலும் ஆர்வம் ஏற்படவில்லை. தன்னுடைய (பழைய) கோக-கோலா மறைவதற்குள், அவர் தன்னுடைய வாழ்க்கையை முடித்துக்கொள்வதாகத் தீர்மானித்திருக்க வேண்டும்.

1985ம் ஆண்டு மார்ச் ஏழாம் தேதி, தொண்ணூற்றைந்து வயது ராபர்ட் வுட்ரஃப் காலமானார். பல வர்த்தக, அரசியல் பிரமுகர்களால் 'ஒரு சகாப்தத்தின் முடிவு'

என்று வர்ணிக்கப்பட்ட மரணம் அது. ஓய்வு பெற்றுப் பல ஆண்டுகளாகிக் கிழச் சிங்கம்போல் வாழ்ந்துவந்தாலும், அவர் விட்டுச்சென்ற வெற்றிடத்தை, இன்றுவரை ஒருவராலும் நிரப்பமுடியவில்லை.

கோக-கோலாவின் சரித்திரத்தில் எத்தனையோ தலைவர்கள், நிர்வாகிகள் வந்திருக்கிறார்கள். ஆனால், ராபர்ட் வுட்ரஃப்மட்டும் இருந்திராவிட்டால், அந்நிறுவனத்தைப்பற்றி இப்போது நாம் வாசித்துக்கொண்டிருக்கும் வாய்ப்பு ஏற்பட்டிருக்காது. மற்றவர்கள் எல்லோரும் இருப்பதைக் காப்பாற்றுவதில் கவனம் செலுத்திக்கொண்டிருந்தபோது, வுட்ரஃப் ஒருவர்தான், எப்போதும் இல்லாததைத் துரத்தி ஜெயித்துக்கொண்டிருந்தார். அவருடைய கனவு, உழைப்புதான், கோக-கோலாவைப் பெருநிறுவனமாக, தவிர்க்கமுடியாத வர்த்தக சக்தியாக மாற்றியது.

உலகமெங்கும் உள்ள கோக-கோலா ஊழியர்கள், பாஸின் மரணத்தைத் தங்களுடைய தனிப்பட்ட இழப்பாக நினைத்து வருந்தினார்கள். அந்த அதிர்ச்சியில் இருந்து அவர்கள் மீள்வதற்குள், அடுத்த அதிரடி வந்துவிட்டது - புதிய கோக்!

கோக-கோலாவின் ஃபார்முலா மாறப்போகிறது என்கிற விஷயத்தை, அதன் நிர்வாகம் மிகவும் ரகசியமாக வைத்திருந்தது. இந்தத் தகவல் வெளியாகிவிட்டால், பெப்ஸி சுதாரித்துக்கொண்டு ஏதாவது சில்மிஷம் செய்துவிடும் என்பது அவர்களுடைய பயம்.

இதனால், புதிய ‘கோக்’கிற்கான விளம்பர ஏற்பாடுகள் மிகவும் ரகசியமானமுறையில் நடைபெற்றுக்கொண்டிருந்தன. அந்தக் காலத்து மாடர்ன் தியேட்டர்ஸ் படங்களில் வருகிற வில்லன்களின் கொடௌன் வாசஸ்தலங்களைப்போன்ற இருட்டு அறைகளில்தான் குசுகுசுவென்று ரகசியப் பேச்சுகள் நடைபெற்றன. விவாதங்களைப்பற்றிய குறிப்புகள், விளம்பர வடிவமைப்புகளெல்லாம் துண்டுக் காகிதம்கூட மிச்சம் வைக்காமல் கிழித்து எறிந்தார்கள்.

கோக-கோலாவின் உயர்மட்டத்திலேயேகூட, மிகச் சிலருக்கு மட்டும்தான் இதுபற்றிய தகவல்கள் தெரிவிக்கப்பட்டிருந்தன. தவிர்க்கமுடியாமல், வெளி நபர்களை இதில் ஈடுபடுத்தவேண்டிய சூழ்நிலை வந்தால், அவர்களை ஆள் அரவமில்லாத இடங்களில், நள்ளிரவு நேரத்தில், டார்ச் லைட் வெளிச்சத்தில்தான் சந்தித்துப் பேசினார்கள்.

ஒருகட்டத்துக்குமேல், இப்படித் தொடர்ச்சியாக ரகசியம் காக்கமுடியவில்லை. கொஞ்சம் கொஞ்சமாக, கோக-கோலா நிறுவனத்துக்குள்ளும், பாட்லர்கள், விற்பனையாளர்கள் மத்தியிலும் இந்தச் செய்தி பரவ ஆரம்பித்தது.

கோக-கோலாவின் ஃபார்முலா மாறப்போகிறது என்று தெரிந்ததும், பலருக்கு அதிர்ச்சி, சிலருக்குச் சந்தோஷம். அநேகமாக எல்லோருக்கும் நிர்வாகத்தின்மீது முழு நம்பிக்கை இருந்தது. ஆகவே, அடுத்து என்ன நடக்கப்போகிறது என்று ஆவலுடன் காத்திருந்தார்கள்.

ராபர்ட் வுட்ரஃப் மரணமடைந்து சுமார் ஒரு மாதத்துக்குப்பிறகு, புதிய கோக்பற்றிய அறிவிப்பை வெளியிடுவதாக முடிவு செய்தது கோக-கோலா. இதற்காக ஏற்பாடு செய்யப்பட்டிருந்த சிறப்புப் பத்திரிகையாளர் சந்திப்புக்கு, அமெரிக்காவின் முக்கிய ஊடகங்கள் அனைத்தும் அழைக்கப்பட்டிருந்தன.

இந்த அழைப்பில்கூட, 'கோக-கோலாவின் ஃபார்முலாவை மாற்றப்போகிறோம்' என அவர்கள் வெளிப்படையாகச் சொல்லிவிடவில்லை. 'ஒரு முக்கிய அறிவிப்பு' என்றுமட்டும் பூடகமாகக் குறிப்பிட்டிருந்தார்கள்.

அப்போதும், பெப்ஸி கோலாவுக்கு மூக்கில் வியர்த்துவிட்டது. ஊரில் இருக்கிற குப்பன், சுப்பன்கள் ஒருவரைக்கூட மிச்சம் வைக்காமல் அழைப்பிதழ் அனுப்புகிற அளவுக்கு கோக-கோலாவில் என்ன முக்கிய அறிவிப்பு? சுறுசுறுப்பாகத் தங்களுடைய ரகசிய விசாரணைகளைத் தொடங்கியது பெப்ஸி.

இந்த விசாரிப்புகளில், அரசல்புரசலாக விஷயம் வெளியே வந்துவிட்டது. கோக-கோலாவின் 'சிறப்புப் பத்திரிகையாளர்

சந்திப்பு'க்குக் காரணம் புரிந்தபோது, பெப்ஸி நிர்வாகிகளால் அதை நம்பமுடியவில்லை.

கோக-கோலா ஃபார்முலா மாறப்போகிறதா? சும்மா ஜோக் அடிக்காதீங்க சார்!

அவர்களுடைய வியப்புக்குக் காரணம், என்னதான் பெப்ஸி கோலா அதிவேகத்தில் முன்னேறிக்கொண்டிருந்தாலும், இன்றைக்கும் ஒட்டுமொத்த விற்பனையில் கோக-கோலாதான் ராஜா. பெப்ஸிக்கு பயந்து, கோக-கோலாவின் ஃபார்முலாவை மாற்றுவது சுத்த முட்டாள்தனம். இதன்மூலம் கோடிக்கணக்கான கோக-கோலா ரசிகர்கள் வருத்தமடைவார்கள், கோபமடைவார்கள், 'இனிமேல் எங்களுக்குக் கோக-கோலா வேண்டாம்' என்று அவர்கள் புறக்கணித்துவிட்டால்கூட ஆச்சர்யப்படுவதற்கில்லை.

கோக-கோலா நிர்வாகிகளுக்குப் புரியாத இந்த விஷயம், பெப்ஸிக்காரர்களுக்குப் புரிந்துவிட்டது. ஆகவே, தகவல் உண்மையானதுதானா என்று மேலும் தீவிரமாகத் தோண்டித் துருவ ஆரம்பித்தார்கள்.

கடைசியில், விஷயம் உறுதியாகிவிட்டது. கோக-கோலாவின் ஃபார்முலா மாறப்போகிறது. அதுவும், பெப்ஸியைப்போல!

இதைக் கேள்விப்பட்டதும், 'ஐயையோ, நாம் காலி' என்று வருத்தப்படாமல், 'ஆஹா, பிரமாதம்' என்று துள்ளி எழுந்தது பெப்ஸி. 'எங்களுடைய பெப்ஸி கோலா, கோக-கோலாவைவிடச் சிறந்த குளிர்பானம்' என்று அழுத்தம் திருத்தமாகச் சொல்வதற்கு, இதைவிட இன்னொரு சாட்சி வேண்டுமா?

ஒருபக்கம் கோக-கோலாவின் 'புதிய' அறிவிப்புக்கான வேலைகள் நடந்துகொண்டிருக்கையில், இன்னொருபக்கம் பெப்ஸியின் அதிரடிகள், பதிலடிகளுக்கான ஏற்பாடு தொடங்கின. கிடைத்த ஒன்றிரண்டு நாள் அவகாசத்தில், கோக-கோலாவைக் கவிழ்ப்பதற்கு என்னவெல்லாம் செய்யமுடியுமோ அத்தனையையும் செய்து முடித்துவிட்டது பெப்ஸி.

கோக-கோலா தன்னுடைய பத்திரிகையாளர் சந்திப்புக்கு யாரையெல்லாம் அழைத்திருக்கிறது என்று ஒரு பட்டியல் தயாரித்தது பெப்ஸி. அவர்கள் எல்லோரையும் உடனே வரவழைத்து, விஷயத்தைப் போட்டு உடைத்துவிட்டார்கள்.

ஐயா பெருமகனார்களே, கோக-கோலாவின் ஃபார்முலா மாறப்போகிறது. அதற்காகத்தான் உங்களுக்கு விசேஷ அழைப்பிதழ் வந்திருக்கிறது.

நீங்கள் அந்த விழாவில் கலந்துகொள்வதுபற்றி எங்களுக்கு எந்த ஆட்சேபணையும் இல்லை. தாராளமாகக் கலந்துகொள்ளுங்கள். ஓசியில் புதிய கோக-கோலா தருவார்கள், அதை வாங்கிக் குடித்து மகிழுங்கள். வேண்டுமானால், பெண்டாட்டி, பிள்ளை குட்டிகளுக்கு பார்சல்கூட வாங்கிக்கொள்ளுங்கள். பாதகமில்லை.

விஷயம் என்னவென்றால், கோக-கோலாவின் ஃபார்முலா தானாக மாறவில்லை. எங்களைப் பார்த்து பயந்துபோய், அவர்கள் தங்களுடைய பானத்தின் சுவையை மாற்றியிருக்கிறார்கள். பெப்ஸியை அசட்டுத்தனமான வகையில் காப்பியடித்திருக்கிறார்கள்.

இதற்கு என்ன அர்த்தம்? கோலா சண்டையில், பெப்ஸி ஜெயித்துவிட்டது என்பதுதானே? பெப்ஸியின் சுவையை ஏற்றுக்கொண்டதால்தானே கோக-கோலா தன்னுடைய ஃபார்முலாவை மாற்றியிருக்கிறது?

நாங்கள் சொல்வதை நீங்கள் இப்படியே ஏற்றுக்கொள்ளவேண்டும் என்று எந்த அவசியமும் இல்லை. நாளைக்கு கோக-கோலாவின் பத்திரிகையாளர் சந்திப்பில், இந்தக் கேள்விகளையெல்லாம் நீங்கள் அவர்களிடமே கேட்கலாம். என்ன பதில் சொல்கிறார்கள் என்று தெரிந்துகொள்ள நாங்களும் ஆவலாகக் காத்திருக்கிறோம்.

ஊசி ஏற்றுவதுபோல் விஷயத்தை முடித்துவிட்டது பெப்ஸி. கோக-கோலாவின் பத்திரிகையாளர் சந்திப்பில், என்னென்ன கேள்விகள் கேட்கப்படவேண்டும் என்பதை இவர்களே எடுத்துக்

கொடுத்துவிட்டார்கள், இங்கே பற்றவைத்தது, அங்கே போய் வெடிக்கும், கலாட்டா, குழப்பம் நிச்சயம்.

இதோடு நிறுத்தாமல், கோக-கோலாவின் அறிவிப்பு வெளியாகிற தினத்தன்று, அனைத்து முக்கியப் பத்திரிகைகளிலும் ஒரு பிரம்மாண்டமான விளம்பரம் கொடுத்தது பெப்ஸி. இதன்மூலம், மக்கள் கோக-கோலா ஃபார்முலா மாற்றத்தைப்பற்றித் தெரிந்துகொள்வதற்கு முன்னாலேயே, அதைத் தங்களுடைய வெற்றியாக அறிவித்துவிட்டார்கள்.

சுவாரஸ்யமான அந்த விளம்பரம், சென்ற நூற்றாண்டின் மிகப் பிரபலமான மார்க்கெட்டிங் தந்திரங்களில் ஒன்று. கடித வடிவில் அமைந்திருந்த அந்த விளம்பரத்தில், அப்போதைய பெப்ஸி அமெரிக்கத் தலைவர் ரோஜர் என்ரிகோ *(Roger Enrico)* கையெழுத்திட்டிருந்தார்.

மகாஜனங்களே, இத்தனை வருடங்களாக நாங்களும் கோக-கோலாவும் நேருக்கு நேர் பார்த்துச் சண்டையிட்டுக் கொண்டிருந்தோம். இப்போது கோக-கோலா தோற்றுப்போய் விட்டது, தன்னுடைய ஃபார்முலாவை, பெப்ஸியைப்போலவே மாற்றுவதாக முடிவு செய்துவிட்டது. இதன்மூலம், பெப்ஸிக்கு மிகப் பெரிய வெற்றி. இதைச் சாத்தியமாக்கிய உங்களுக்கு நன்றி!

இந்தக் கடித(?)த்தைப் பார்த்த அமெரிக்க மக்கள், குழம்பிப் போனார்கள். நிஜமாகவே கோக-கோலாவின் ஃபார்முலா மாறப்போகிறதா? அவர்களால் நம்பமுடியவில்லை.

பெப்ஸியின் இந்த அதிரடியால், கோக-கோலாவின் பத்திரிகையாளர் சந்திப்பு, 'சர்ப்ரைஸ்' அறிவிப்பு இரண்டுமே, மகா சொதப்பலாக முடிந்தது. 'கோக-கோலாவை மேலும் சிறப்பாக மாற்றியிருக்கிறோம்' என்று ராபர்டோ கோஸ்வெடா கோக-கோலா ஃபார்முலா மாற்றத்தை அதிகாரப்பூர்வமாக அறிவித்தபோது, பத்திரிகையாளர்கள், மக்களுக்குக் கடும் அதிர்ச்சி.

அடுத்த விநாடி, அந்த அதிர்ச்சி கோபமாக மாறியது. கோக-கோலாவின் புதிய ஃபார்முலாவை ருசித்துப் பார்க்கக்கூட அவர்கள் தயாராக இல்லை, 'பெப்ஸியைப் பார்த்துக் காப்பியடிக்கிறீர்களா?' என்று நேரடியாகக் கேட்க ஆரம்பித்தார்கள்.

பத்திரிகையாளர்களின் கேள்விகளைச் சந்திக்கமுடியாமல் கோக-கோலா நிர்வாகிகள் திணறினார்கள். அவர்களுடைய வழவழா, கொழகொழா பதில்கள், விளக்கங்கள் எவையும் எடுபடவில்லை. பெப்ஸியின் வெற்றி அறிவிப்பு உண்மைதான் என்பதுபோல் நடந்துகொண்டுவிட்டது கோக-கோலா.

'தேவைப்பட்டால், பழைய கோக-கோலாவை மீண்டும் கொண்டுவருவீர்களா?' என்று கேட்டார் ஒரு பத்திரிகையாளர்.

'அதற்கான அவசியமே ஏற்படாது' என்று கம்பீரமாக அறிவித்தது கோக-கோலா, 'இனிமேல் எல்லோருக்கும் புதிய கோக்தான், மக்கள் இதனை விரும்பி ஏற்றுக்கொள்வார்கள் என நாங்கள் உறுதியாக நம்புகிறோம்.'

'ம்ஹூம், சான்ஸே இல்லை' என்று சொல்லிவிட்டார்கள் மக்கள். ஒட்டுமொத்த அமெரிக்காவும், இந்த விஷயத்தில் கோக-கோலாவுக்கு எதிராகத் திரும்பியது.

14. பழையது, புதியது

திடீரென்று ஒருநாள், 'இனிமேல் இட்லி இனிப்பாகத்தான் இருக்கும்' என்று அரசாங்கம் அறிவித்துவிட்டால் எப்படி இருக்கும்?

கோக-கோலாவின் ஃபார்முலா மாற்றத்தை அமெரிக்கா இப்படித்தான் எடுத்துக்கொண்டது. மக்கள் மொத்தமாகக் கொதித்துப்போய்விட்டார்கள்.

அவர்களைப் பொறுத்தவரை, சொந்த நாடு, சொந்த மாநிலம், சொந்த ஊர், தாய்மொழி, மதம், உயரம், நிறம்போல, கோக-கோலாவும் ஓர் அடையாளம், அமெரிக்க அடையாளம், மாறமுடியாத அடையாளம்.

நூற்றாண்டு சரித்திரம் கொண்ட கோக-கோலா, அமெரிக்கர்களின் கலாசாரத்தில் ஒரு பகுதியாகவே கலந்துவிட்ட விஷயம். பலருக்கு அது வெறும் குளிர்பானம் மட்டுமல்ல, ஏகப்பட்ட அனுபவங்களின் தொகுப்பு. பள்ளிப் பருவம், விளையாட்டுகள், நண்பர்கள், முதல் காதல், முதல் முத்தம், முதல் நாள் சம்பளம், திருமணம், குழந்தைப் பிறப்பு, நெருங்கிய உறவினர்களின் மரணம் என்று எல்லா சந்தர்ப்பங்களையும், கோக-கோலாவுடன் சேர்த்து அடையாளம் கண்டவர்கள் அங்கே அதிகம்.

அதனால்தான், அந்த அடையாளத்தின் திடீர் இழப்பை அவர்களால் தாங்கிக்கொள்ள முடியவில்லை. கோக-கோலாவின் ஃபார்முலா மாற்றத்தை அவர்கள் மிகத் தீவிரமாக எதிர்த்தார்கள்.

இவர்களில் பலர், கோக-கோலாவின் புதிய வடிவத்தை ருசித்துப் பார்க்கக்கூடத் தயாராக இல்லை. 'புதிய கோக-கோலா என்ன ருசியாக வேண்டுமானாலும் இருந்துவிட்டுப் போகட்டும். அதற்காக என்னுடைய கோக-கோலாவைப் பறித்துக்கொண்டுவிடுவீர்களா? இது என்ன நியாயம்?' என்று பொங்கி எழுந்தார்கள்.

இந்த எதிர்ப்பை, கோக-கோலா நிறுவனம் ஓரளவு எதிர்பார்த்திருந்தது. ஆகவே, அவர்கள் இதைப் பெரிய விஷயமாகக் கருதவில்லை, 'நாலு நாளைக்குக் கத்துவார்கள், அதன்பிறகு சமாதானமாகிவிடுவார்கள்' என்று அலட்சியப்படுத்தி விட்டார்கள்.

ஆனால், பெரும்பான்மை அமெரிக்கர்கள் தங்களுடைய எதிர்ப்பில் உறுதியாக இருந்தார்கள். பலர் புதிய கோக-கோலாவை வாங்க மறுத்தார்கள். அப்படியே வாங்கிப் பருகியவர்களும், 'இது என்ன கண்றாவி?' என்று வாந்தி எடுக்காத குறை.

உண்மையில், புதிய கோக் அப்படியொன்றும் சகிக்கமுடியாத சுவையில் இல்லை. ஆனாலும், பழைய கோக-கோலாவுடன் உணர்வுபூர்வமான ஒரு பந்தத்தை உருவாக்கிக்கொண்டிருந்த அமெரிக்கர்களுக்கு, இந்தப் புதிய குளிர்பானத்தை ஏற்றுக்கொள்ளமுடியவில்லை.

இந்த உணர்வுகளை, அமெரிக்கர்கள் அல்லாத நாம் புரிந்து கொள்வது கொஞ்சம் சிரமம்தான். கொஞ்சம்போல் பக்கத்தில் வருகிற ஓர் உதாரணம் சொல்வதென்றால், காஃபியைக் குறிப்பிடலாம். காஃபியின் மணத்தை நுகரும்போது, ஒருவருக்குத் தன் மனைவியைப் பெண் பார்த்த சம்பவமோ,

முதன்முதலாகக் காதலியுடன் காஃபி குடித்த நாளோ நினைவுக்கு வருகிறதில்லையா? அந்தமாதிரி, அமெரிக்கர்களுக்கு கோக-கோலா குளிர்பானம் மட்டுமில்லை, நினைவுகள், அனுபவம், இன்னும் நிறைய.

கிட்டத்தட்ட மூன்று தலைமுறை அமெரிக்கா, பிறந்ததுமுதல் கோக-கோலாவுடன் வாழ்ந்து பழகியிருந்தது. அவர்கள் ஒவ்வொருவருடைய வாழ்க்கையிலும் ஓர் இனிய சிநேகிதனாக, வழித்துணையாக கோக-கோலா கலந்திருந்தது.

நமக்கு இனிப்பு இட்லிபோல்தான், அவர்களுக்குப் புதிய கோக-கோலா. அது என்னதான் அமுத பானமாகவே இருந்தாலும், எங்களுக்குப் பழைய கோக-கோலாதான் வேண்டும் என்று உறுதியாக மறுத்து நின்றார்கள்.

இதனால், நாடுமுழுவதும் புதிய கோக-கோலாவுக்கு எதிரான அதிர்வலைகள் தொடங்கின. மக்களின் எதிர்ப்பைப் பத்திரிகைகள் பதிவு செய்தன. கோக-கோலா தனது பழைய ஃபார்முலாவை மீண்டும் கொண்டுவரவேண்டும் என்று கோரிக்கை எழுந்தது.

கோக-கோலா நிறுவனம் இந்த எதிர்ப்புகளைக் கண்டு கொள்வதாக இல்லை. 'இனிமேல் புதிய கோக்தான், பழைய கோக-கோலாவின் உற்பத்தியை நிறுத்திவிட்டோம்' என்று பகிரங்கமாக அறிவித்துவிட்டார்கள்.

அவ்வளவுதான். அமெரிக்காமுழுவதும் ஜுரம் பற்றிக்கொண்டாற் போலாகிவிட்டது. மக்கள் தங்களுடைய அண்டா, குண்டா, அண்டர்வேர் வரை அடகு வைத்துக் காசு சேர்த்து, பழைய கோக-கோலா பாட்டில்களை மொத்தமாக வாங்கிக் குவித்தார்கள்.

அடுத்த சில நாள்களுக்குள், கடைகளில் மிச்சமிருந்த பழைய கோக-கோலா மொத்தமும் விற்றுத் தீர்ந்துவிட்டது. சில புத்திசாலிக் கடைக்காரர்கள், வேண்டுமென்றே பழைய கோக-கோலாவின் விலையை அதிகரித்து விற்கத் தொடங்கினார்கள்.

அப்போதும் மக்கள் சளைக்கவில்லை. நூறு, இருநூறு, ஐநூறு, ஆயிரம் என்று கோக-கோலாவை மொத்தமாக வாங்கி அடுக்கத் தொடங்கினார்கள்.

இவர்கள் எல்லோருக்கும் என்ன நம்பிக்கை என்றால், எப்படியும் கோக-கோலா நிறுவனம் சில வாரங்களுக்குள் தன்னுடைய தவறை உணர்ந்துவிடும், பழைய கோக-கோலாவை மறுபடி கொண்டுவந்துவிடுவார்கள், அதுவரை, இந்த 'ஸ்டாக்' உபயோகப்படும்.

தினந்தோறும், கோக-கோலா நிறுவனத்துக்கு ஏகப்பட்ட தொலைபேசி அழைப்புகள், கடிதங்கள். மக்கள் தங்களுடைய கோபத்தை, வருத்தத்தை, வேதனையைப் பலவிதமாக வெளிப்படுத்தியிருந்தார்கள்.

ஒட்டுமொத்த அமெரிக்காவின் எண்ணத்தையும் இந்தக் கடிதங்கள் பிரதிபலித்தன. 'நீங்கள் கோக-கோலாவை மாற்றியதற்குப் பதிலாக, கடவுள் இல்லை என்று சொல்லியிருக்கலாம், அமெரிக்கக் கொடியை எரித்திருக்கலாம், அப்போதுகூட நாங்கள் இந்த அளவு அதிர்ச்சியடைந்திருக்கமாட்டோம்' என்று துடித்தார்கள் மக்கள்.

அப்போதும் கோக-கோலா மனம் இரங்கவில்லை. படிப்படியாக அமெரிக்கா முழுவதும் புதிய கோக-கோலாவை அறிமுகப்படுத்துவதற்கான தீவிர நடவடிக்கைகளில் இறங்கினார்கள். ஏகப்பட்ட பத்திரிகை, தொலைக்காட்சி விளம்பரங்கள் அறிமுகப்படுத்தப்பட்டன.

இதனால், அமெரிக்கர்களின் கோபம் அதிகரித்தது. மக்கள் கோக-கோலாவுக்கு எதிரான நேரடிப் போராட்டங்களில் இறங்கினார்கள்.

நாடுமுழுவதும் 'பழைய கோக-கோலா ரசிகர் மன்ற'ங்கள் தானாகத் தோன்றின. இவர்கள் லிட்டர் லிட்டராகப் புதிய கோக-கோலாவை விலைக்கு வாங்கிச் சாக்கடைகளில் ஊற்றினார்கள். மீண்டும் பழைய ஃபார்முலாவைக்

கொண்டுவரவேண்டும் என்று கோக-கோலா நிறுவனத்தின்மீது வழக்குத் தொடுத்தார்கள்.

பெப்ஸி சும்மா இருக்குமா? 'பழைய கோக-கோலா பிரியர்களுக்கு எங்களுடைய ஆழ்ந்த அனுதாபங்கள்' என்று அவர்களும் வெந்த புண்ணில் வேலைப் பாய்ச்சினார்கள். ஏகப்பட்ட கிண்டல், கலாட்டா விளம்பரங்களின்மூலம் கோக-கோலாவின் மாற்றத்தைக் கேலி செய்த பெப்ஸி, 'ஏன் அநாவசியமாகக் கஷ்டப்படுகிறீர்கள்? பேசாமல் பெப்ஸிக்கு மாறிவிடுங்கள்' என்று தீவிரப் பிரசாரம் செய்தது.

மக்கள் பெப்ஸிக்கு மாறினார்களோ இல்லையோ, புதிய கோக-கோலாவை வாங்கவில்லை. அதற்கான இலவசக் கூப்பன்களைக்கூடச் சீண்டுவதற்கு யாரும் இல்லை. எல்லோர் மத்தியிலும் அதற்கு ஒரு 'வில்லன்' இமேஜ் கிடைத்திருந்தது. பல கோக-கோலாப் பிரியர்கள், 'பெப்ஸிக்குத் தாவப்போகிறோம்' என்று பயமுறுத்தினார்கள்.

இப்போதும், விஷயத்தின் தீவிரத்தை கோக-கோலா நிறுவனம் புரிந்துகொள்ளவில்லை. அவர்கள் தொடர்ந்து புதிய கோக் விளம்பரங்கள், மார்க்கெட்டிங் உத்திகளை அதிக அளவில் முடுக்கிவிட்டுக்கொண்டிருந்தார்கள். சீக்கிரத்தில் இந்த எதிர்ப்பு அலைகள் அடங்கிவிடும், மக்கள் புதிய கோக-கோலாவின் சுவைக்குப் பழகிவிடுவார்கள் என்பது அவர்களுடைய எதிர்பார்ப்பு.

ஆனால், அமெரிக்கா இந்த விஷயத்தின் முரட்டுப் பிடிவாதத்துடன் இருந்தது. எக்காரணத்துக்காகவும் அவர்கள் தங்களுடைய பழைய கோக-கோலாவை இழக்கத் தயாராக இல்லை. மக்களின் புறக்கணிப்பு காரணமாக, ஆரம்பத்தில் லேசாக உயர்ந்த கோக-கோலா விற்பனை அதே வேகத்தில் சரியத் தொடங்கியது.

கோக-கோலா நிர்வாகிகளுக்கு எதுவும் புரியவில்லை. அவர்களைப் பொறுத்தவரை, இந்த ஃபார்முலா மாற்றத்தைத்

தூண்டியவர்களே அமெரிக்க மக்கள்தான். பெப்ஸியை மக்கள் ரசிக்கிறார்கள் என்று அதேபோல் ஒரு பானத்தைக் கொண்டுவந்தால், எங்களுக்குப் பழைய கோக-கோலாதான் வேண்டும் என்று திருப்பியடிக்கிறார்கள்.

அடப் படுபாவிகளா, இந்தப் பழைய பானத்தைத்தானே இத்தனை நாள்களாக வேண்டாம் என்று சொல்லிக்கொண்டிருந்தீர்கள்? 'பெப்ஸி சவால்' போட்டிகளில் திரும்பத் திரும்ப இந்த கோக-கோலாவைத்தானே நிராகரித்தீர்கள்? இப்போது ஏன் மீண்டும் அதேதான் வேண்டும் என்று பிடிவாதம் பிடிக்கிறீர்கள்?

கோக-கோலா நிறுவனத்தால் இப்படி நேரடியாகக் கேட்கமுடியவில்லையேதவிர, உள்ளுக்குள் எல்லோரும் இப்படித்தான் புலம்பிக்கொண்டிருந்தார்கள். நாளுக்கு நாள் மக்களின் கோபக் கடிதங்கள், தொலைபேசி அழைப்புகளின் எண்ணிக்கை அதிகரிப்பதையும், கோக-கோலா விற்பனை குறைவதையும் பார்த்துக்கொண்டு அவர்களால் சும்மா இருக்கமுடியவில்லை.

இந்தக் களேபரத்தால், நாடுமுழுவதும் கோக-கோலாவின் பெயர் கெட்டுப்போய்க்கொண்டிருக்கிறது என்பது அவர்களுக்குத் தெளிவாகப் புரிந்தது. ஆனால் அதேசமயம், சட்டென்று பழைய ஃபார்முலாவுக்குத் திரும்புவதற்கும் அவர்களுடைய ஈகோ இடம் கொடுக்கவில்லை.

சுமார் பத்து வாரப் பிடிவாதத்துக்குப்பிறகு, கோக-கோலா நிறுவனம் இறங்கிவந்தது. 'மக்களே, நீங்கள்தான் உண்மையான எஜமானர்கள் என்பதை நாங்கள் ஏற்றுக்கொள்கிறோம். எங்களை மன்னித்துவிடுங்கள், பழைய கோக-கோலாவை மீண்டும் திரும்பக் கொண்டுவருகிறோம்' என்று ஓர் அறிக்கை வெளியானது.

பழைய ஃபார்முலாவைத் திரும்பக் கொண்டுவந்துவிட்டாலும், கோக-கோலா நிறுவனம் தனது புதிய பானத்தின்மீது நம்பிக்கை இழக்கவில்லை. ஆகவே, 'புதிய கோக்' எப்போதும்போல்

தொடர்ந்தது. பழைய கோக-கோலாவுக்கு, *'Coca-Cola Classic'* என்று மறு பெயர் சூட்டப்பட்டது.

பெயரா முக்கியம்? மக்கள் பழைய கோக-கோலாவின் வருகையைத் திருவிழாபோல் கொண்டாடினார்கள். அடுத்த பல நாள்களுக்குச் செய்தித்தாள்கள், பத்திரிகைகள், தொலைக்காட்சி நிகழ்ச்சிகள் அனைத்திலும் இந்தச் செய்திதான். எந்த இரண்டு அமெரிக்கர்கள் சந்தித்துக்கொண்டாலும், கோக-கோலாபற்றிதான் பேச்சு.

மூன்று மாதங்களுக்குள் நடந்து முடிந்துவிட்ட இந்த கலாட்டாவால், அமெரிக்கர்களுக்கு கோக-கோலாமீது இருந்த காதல் மீண்டும் உறுதிப்படுத்தப்பட்டது. நடுவில் பெப்ஸி, பிற குளிர் பானங்களை முயன்று பார்த்திருந்தவர்கள்கூட, கோக-கோலாவுக்கும் தங்களுக்கும் இடையில் இருக்கும் உணர்வுபூர்வமான பற்றுதலை இப்போது அடையாளம் கண்டுகொண்டார்கள்.

இதனால், சில மாதங்களுக்கு முன்புவரை இதே கோக-கோலாவைப் புறக்கணித்துக்கொண்டிருந்த அமெரிக்கா, இப்போது அதனை இரு கைகளாலும் இறுகப் பற்றிக்கொண்டது. ஏராளமானவர்கள் மீண்டும் நிறைய கோக் குடிக்க ஆரம்பித்தார்கள்.

அடுத்த சில மாதங்களில் கோக-கோலாவின் விற்பனை அதிகரித்தது. பெப்ஸியிடம் சந்தைப் பங்கை இழந்துகொண்டிருந்த கோக-கோலா, விட்டதைப் பிடித்து, மீண்டும் பழையபடி அதிவேகமாக முன்னேறத் தொடங்கியது.

இன்றைக்கும், உலகின் மிகப் பெரிய பிஸினஸ் சொதப்பல்கள் என்று ஒரு பட்டியல் போட்டால், அதில் 'புதிய கோக்'கிற்கு முக்கிய இடம் உண்டு. நூறாவது வயதை நெருங்கும் நேரத்தில் கோக-கோலா இப்படி ஒரு பிரம்மாண்டமான தவறைச் செய்திருக்கவேண்டாம்தான்.

ஆனால் அதேசமயம், நாரதர் கலகம்போல், 'புதிய கோக்' சொதப்பல் ஒருவிதத்தில் கோக-கோலாவுக்கு நன்மையாகவே

முடிந்தது. அடுத்த ஆண்டு (1986) கோக-கோலாவின் நூற்றாண்டு விழா கொண்டாடப்பட்டபோது, அமெரிக்காவின் நம்பர் ஒன் குளிர்பானம் என்கிற அதன் நிலை மீண்டும் உறுதிப்பட்டிருந்தது.

நம் ஊரில், 'நிழலின் அருமை, வெயிலில் தெரியும்' என்று சொல்வார்களே, அதுமாதிரி, கோக-கோலாவின் ஃபார்முலா மாறியபோதுதான், மக்கள் பழைய கோக-கோலாவுடன் தங்களுக்கு இருக்கும் ஒன்றுதலைப் புரிந்துகொண்டார்கள். கோக-கோலா நிறுவனம் மக்களின் இந்த உணர்வுகளை நன்கு புரிந்துகொண்டது, பயன்படுத்திக்கொண்டது, தனது விற்பனையை அதிகரித்துக்கொண்டது.

இதனால், புதிய கோக் கலாட்டா மொத்தமும் ஒரு நாடகம் என்று நம்புகிறவர்கள் இப்போதும் இருக்கிறார்கள். மக்களுக்கு கோக-கோலாவின் மகிமை(?)யைப் புரியவைப்பதற்காக, வேண்டுமென்றே அதன் ஃபார்முலாவை மாற்றுவதுபோல் கோக-கோலா நிறுவனம் ஒரு மார்க்கெட்டிங் தந்திரம் செய்திருக்கிறது, அதன்பிறகு தொடங்கிய எதிர்ப்புகளை உத்தேசித்தே இந்த மாற்றம் செய்யப்பட்டிருக்கவேண்டும் என்கிறார்கள் இவர்கள்.

இந்தக் கதை, கேட்பதற்குச் சுவாரஸ்யமாகத்தான் இருக்கிறது. ஆனால், கோக-கோலா நிறுவனம் தெரிந்தே அத்தனை பெரிய ரிஸ்க் எடுத்திருக்குமா என்பது சந்தேகம். ஆகவே, கோக-கோலா நிர்வாகிகள் நிஜமாகவே யோசிக்காமல் முடிவெடுத்துவிட்டு, பிறகு அவஸ்தைப்பட்டார்கள் என்றுதான் நம்பவேண்டியிருக்கிறது.

தெரிந்து செய்தார்களோ, தெரியாமல் செய்தார்களோ, கோக-கோலாவின் சரித்திரத்தில், 'புதிய கோக்' சர்ச்சை ஓர் அழிக்கமுடியாத கறும்புள்ளியாகிவிட்டது!

15. Always Coca-Cola

கோக-கோலா நிறுவனத்தில் சாதாரண மாதச் சம்பளக்காரராகச் சேர்ந்தவர் ராபர்டோ கோஸ்வெடா. அங்கிருந்து படிப்படியாக உயர்ந்து, அந்நிறுவனத்தின் தலைவராகப் பொறுப்பேற்கும்வரை, அவர் பல தடங்கல்கள், தடுமாற்றங்களைச் சந்திக்கவேண்டியிருந்தது.

சாதாரணமாக இப்படிக் கஷ்டப்பட்டு ஜெயித்தவர்கள் எல்லோரும், அதன்பிறகு நிம்மதியாகக் கால் மேல் கால் போட்டுக்கொண்டு அனுபவிக்கவேண்டும் என்றுதான் ஆசைப்படுவார்கள். ஆனால், ராபர்டோவுக்கு அப்படி ஒரு யோகம் வாய்க்கவில்லை.

ஆரம்பம்முதலே, அவருடைய பல நடவடிக்கைகள், பத்திரிகைகள், பங்குச் சந்தை நிபுணர்களின் கடுமையான விமர்சனங்களைச் சந்தித்தன. இத்தனைக்கும், அவர் செய்ததில் தப்பில்லை, அந்த முடிவு சரியானதுதான் என்று காலப்போக்கில் புரிந்துவிடும். ஆனால், அதை யாரும் கண்டுகொள்ளமாட்டார்கள். இந்த ஆள் அடுத்ததாக எப்போது தப்பு செய்வார் என்றுதான் காத்துக்கொண்டிருப்பார்கள்.

சில ஆண்டுகளுக்குப்பிறகு, கோஸ்வெடாவுக்கு இந்த விளையாட்டு பழகிவிட்டது. யார் என்ன சொல்வார்கள் என்றெல்லாம் நினைத்துக்கொண்டிருக்காமல், மனத்துக்குத் தோன்றியதைத் தைரியமாகச் செய்யப் பழகிவிட்டார்.

கோக-கோலா என்கிற ஒரே ஒரு பானத்தை அடிப்படையாகக் கொண்டு அமைந்திருந்த நிறுவனம், கோஸ்வெடாவின் காலத்தில்தான் வேறு புதிய தயாரிப்புகளை முயன்று பார்த்தது. அதன்மூலம் கிடைத்த மிகப் பெரிய வெற்றி, கோஸ்வெடாவுக்குத் தெம்பளித்தது. புதுப்புது விஷயங்களில் நம்பி முதலீடு செய்வதற்கான தைரியம் கொடுத்தது.

அந்தத் துணிச்சலில்தான், கோக-கோலாவின் இத்தனை வருட வெற்றி ஃபார்முலாவை மாற்றுவதாக முடிவெடுத்தார் ராபர்டோ கோஸ்வெடா. மொத்த அமெரிக்காவும் இதை ஏற்றுக்கொள்ளாமல் கல்லை விட்டெறிந்ததில், மூன்றே மாதங்களுக்குள் அந்தத் திட்டத்தை ஊத்தி மூடியாகிவிட்டது.

நியாயமாகப் பார்த்தால், இந்த மெகா சொதப்பலுக்கு தார்மீகப் பொறுப்பேற்று, கோஸ்வெடா தன்னுடைய பதவியை ராஜினாமா செய்துவிட்டு ஊரைப் பார்க்கப் போயிருக்க வேண்டும். ஆனால், அவர் அத்தனை சுலபத்தில் நம்பிக்கை இழப்பதாக இல்லை.

'புதிய கோக்' விவகாரத்தைத் தொடர்ந்து, பழைய கோக-கோலாவுக்கு திடீர் மவுசு கூடிவிட்டது. அதன்மூலம் விற்பனை அதிகரித்து, முன்புபோலவே அமெரிக்காவின் ஃபேவரிட் குளிர் பானமாக ஓர் அசைக்கமுடியாத இடத்தைப் பிடித்துவிட்டது கோக-கோலா.

இதனால், கோஸ்வெடாவுக்குத் தனது பழைய தன்னம்பிக்கை மீண்டும் திரும்பியது. இந்த வாய்ப்பைச் சிறப்பாகப் பயன்படுத்திக்கொண்டு, கோக-கோலா நிறுவனத்தை அடுத்த கட்டத்துக்கு எடுத்துச் சென்றுவிடவேண்டும் என்று தீர்மானித்துக்கொண்டார். அதற்கு வசதியாக, கோக-கோலாவின் நூற்றாண்டு விழா ஏற்பாடுகள் தொடங்கின.

1886ம் ஆண்டு கண்டறியப்பட்ட கோக-கோலா, உலகின் 'சூப்பர் சீனியர்' பானங்களில் ஒன்று. இந்தப் பாரம்பரியத்தைக் கொண்டாடுகிற அதே நேரத்தில், கோக-கோலா எல்லோருக்குமான பானம் என்கிற எண்ணத்தை உலக மக்கள் மத்தியில், முக்கியமாக இளைஞர்கள் மனத்தில் பதியவைக்கவேண்டும்.

இதற்காகப் பல மில்லியன் டாலர்கள் செலவழித்து, பிரம்மாண்டமான திருவிழா ஒன்றை நடத்தி முடித்தது கோக-கோலா நிறுவனம். அட்லாண்டாவில் நடந்த நேரடிக் கொண்டாட்டங்கள்தவிர, உலகம்முழுவதும் ஏகப்பட்ட விளம்பரங்கள் கோக-கோலாவின் சரித்திரத்தைப் பேசின. தள்ளுபடியை அள்ளிக்கொடுத்து விற்பனையை உயர்த்தினார்கள்.

எப்படியாவது, 'புதிய கோக்' குளறுபடியை மக்கள் மறந்தாக வேண்டும் என்கிற கோக-கோலாவின் நோக்கத்தை, இந்த நூற்றாண்டு விழா கச்சிதமாக நிறைவேற்றிவிட்டது. இதன்மூலம், சுமார் பத்துப் பதினைந்து ஆண்டுகளாக இழந்திருந்த தன்னுடைய கம்பீரத்தைத் திரும்பப் பெற்றுக்கொண்டுவிட்டது கோக-கோலா.

இந்த வேகத்தைக் குறையவிடாமல், அடுத்தடுத்த மாற்றங்களுக்கு அஸ்திவாரம் போட்டார் ராபர்டோ கோஸ்வெடா. 'புதிய கோக்' என்பது ஒரு விபத்து, மறக்கவேண்டிய சறுக்கல், எந்நேரமும் அதைப்பற்றிக் கவலைப்பட்டுக்கொண்டிருக்காமல், இனிமேல் நாம் முன்னோக்கிமட்டுமே சிந்திக்கவேண்டும் என்று தன்னுடைய குழுவினருக்குக் கண்டிப்பாகச் சொல்லிவிட்டார் அவர்.

நூற்றாண்டு விழாவை முடித்த கையோடு, கோக-கோலா நிர்வாகிகள் ஒரு சுய பரிசோதனையில் இறங்கினார்கள் - நம்முடைய நிறுவனத்தின் வளர்ச்சியைக் கட்டுப்படுத்தக்கூடிய, பாதிக்கக்கூடிய சமாசாரங்கள் எவை? அநாவசியமான கவனச் சிதறல்கள் என்னென்ன? அவற்றையெல்லாம் தவிர்ப்பது எப்படி?

இந்தக் கோணத்தில் சிந்தித்தபோது, சில தேவையற்ற உறுத்தல்கள் அவர்களுடைய கண்ணில் பட்டன. அவற்றை எவ்வளவு சீக்கிரத்தில் கழற்றிவிடுகிறோமோ, அவ்வளவு நல்லது என்று தீர்மானித்துக்கொண்டு துடைப்பமும் கையுமாக வேலையில் இறங்கினார்கள்.

முந்தைய சில ஆண்டுகளில், கோக-கோலா நிறுவனம் சில பாட்லிங் தொழிற்சாலைகளைத் தனது பொறுப்பில் ஏற்றுக்கொண்டிருந்தது. இந்தத் தொழிலை அவர்களால் சரியாக நிர்வகிக்கவும் முடியவில்லை, அதில் லாப சதவிகிதமும் குறைவு.

இதனால், தன்னுடைய கட்டுப்பாட்டில் இருக்கும் பாட்லிங் தொழில்கள் அனைத்தையும், தனி நிறுவனமாகப் பிரித்துவிட முடிவு செய்தது கோக-கோலா. இதன்மூலம், கோக-கோலாவின் நிகர லாபம் கண்டபடி ஏறி, இறங்குகிற நிச்சயமற்ற தன்மை தவிர்க்கப்பட்டது.

அடுத்த வெட்டு, 'கொலம்பியா பிக்சர்ஸ்'க்கு!

ராபர்டோ கோஸ்வெடா கோக-கோலா தலைவராகப் பொறுப்பேற்றபிறகு, அந்நிறுவனத்தில் பல அதிரடி மாற்றங்கள் கொண்டுவரப்பட்டன. அவற்றில் ஒன்று, 'கொலம்பியா பிக்சர்ஸ்' திரைப்பட நிறுவனத்தை ஏகப்பட்ட காசு கொடுத்து வாங்கியது.

பொழுதுபோக்குத்துறையில் கால் பதிக்கவேண்டும் என்று கோக-கோலா ஆசைப்பட்டதில் தவறே இல்லை. சொல்லப்போனால், ஆரம்ப காலத்தில் கொலம்பியா பிக்சர்ஸ் தயாரித்து வெளியிட்ட திரைப்படங்கள், தொலைக்காட்சி நிகழ்ச்சிகளால் அவர்களுக்கு நல்ல லாபம் கிடைத்துக்கொண்டிருந்தது.

ஆனால், போகப்போக, திரைப்படத்துறை என்பது எந்த அளவு நிச்சயமற்றது என்கிற விவரம் அவர்களுக்குப் புரியத் தொடங்கியது. ஒரு லட்சம் பாட்டில்கள் கோக-கோலாவைத் தயாரித்தால், அதில் பெரும்பகுதி நிச்சயமாக விற்கும், காசு வரும். ஆனால், அதே அளவு ரூபாயைச் செலவழித்து ஒரு படத்தை எடுத்தால், அந்தப் படம் ஓடினால்தான் காசு, இல்லாவிட்டால் நஷ்டம்.

இந்த விநோதமான ஃபார்முலா, கோக-கோலாவுக்கு ஒத்துவரவில்லை. இதன்மூலம் தங்களுடைய ஒட்டுமொத்த வருவாய், லாபத்துக்குப் பாதிப்பு ஏற்படுவது அவர்களுக்குப் பிடிக்கவில்லை. ஏன் அநாவசிய வம்பு என்று கொலம்பியா பிக்சர்ஸையும் கழற்றிவிடுவதாக முடிவு செய்துவிட்டார் ராபர்டோ கோஸ்வெடா.

இப்படி ஒரிஜினல் கோக-கோலா நிறுவனத்தில் இருந்த தேவையற்ற திணிப்புகளை வெட்டி வீசியபிறகு, அவர்களால் தங்களுடைய முக்கியக் கடமையில் கவனம் செலுத்தமுடிந்தது. இனிமேல் கோக-கோலாவை விற்கவேண்டும், நிறைய விற்கவேண்டும், உலகமெங்கும் விற்கவேண்டும், அதுதான், அது ஒன்றுதான் முக்கியம் என்று தீர்மானித்துக்கொண்டு வேலையில் இறங்கினார்கள்.

அமெரிக்காவில் கோக-கோலா ஏற்கெனவே குறிப்பிடத்தக்க சந்தைப் பங்கைப் பிடித்துவிட்டது. என்னதான் நம்பர் ஒன் குளிர் பானமாக இருந்தாலும், இதற்குமேல் அமெரிக்கர்களின் பர்ஸில் கை வைப்பது சிரமம்.

ஆகவே, 'பாஸ்' ராபர்ட் வுட்ரஃப் காட்டிய வழிப்படி, வெளிநாட்டுச் சந்தைகளில் தீவிர கவனம் செலுத்துவது என்று தீர்மானித்தார் ராபர்டோ கோஸ்வெடா. இதற்குப் பல நியாயமான காரணங்கள் இருந்தன.

முதலாவதாக, அப்போது உலகச் சந்தையில் அமெரிக்க டாலரின் மதிப்பு இறங்கிக்கொண்டிருந்தது. இந்தச் சூழ்நிலையில், உள்ளூர்த் தொழில்களில் முதலீடு செய்வதைவிட, வெளிநாடுகளில் அதிக கவனம் செலுத்தி லாபம் சம்பாதித்தால், கோக-கோலா நிறுவனத்துக்குக் கூடுதல் வருவாய் கிடைக்கும்.

அடுத்து, அமெரிக்காவில் ஒவ்வொரு குடிமகனும், வருடத்துக்குச் சராசரியாகச் சுமார் நூறு பாட்டில் கோக-கோலா குடிக்கிறான் என்று வைத்துக்கொள்வோம். கிட்டத்தட்ட இதே அளவு கணக்குதானே வெளிநாடுகளிலும் இருக்கவேண்டும்?

நிலைமை அப்படி இல்லை. அமெரிக்கர்கள் நூறு பாட்டில் கோக-கோலா குடிக்கிற இடத்தில், மற்ற நாடுகளைச் சேர்ந்தவர்கள் பத்துக்கும் குறைவான பாட்டில்கள்தான் குடித்தார்கள். சில நாடுகளில் இந்தச் சராசரி கணக்கு ஒன்றுக்கும் குறைவாக இருந்தது.

எல்லா நாடுகளைச் சேர்ந்த மக்களுக்கும் கிட்டத்தட்ட ஒரே மாதிரிதான் தாகம் எடுக்கிறது. மற்றவர்கள் அமெரிக்கர்களைப் போல நூறு பாட்டில் கோக-கோலா குடிப்பதில்லை என்றால், அவர்கள் வேறு எதையோ குடிக்கிறார்கள் என்றுதானே அர்த்தம்?

அந்த 'வேறு ஏதோ' குளிர்பானங்களை, நாம் ஜெயித்தாக வேண்டும் என்றார் கோஸ்வெடா. தாகம் எடுத்தால் ஜில்லென்று மோர் குடிக்கலாம், தண்ணீர் குடிக்கலாம், பெப்ஸி குடிக்கலாம், ஜிகிர்தண்டா குடிக்கலாம் என்று நினைக்கிறவர்கள் எல்லோரையும் வளைத்தாகவேண்டும், அவர்கள் ஒவ்வொருவரையும் 'இனிமேல் தாகம் எடுத்தால், கோக-கோலாவைத்தான் குடிக்கவேண்டும்' என்று நினைக்கச் செய்யவேண்டும்.

நூறு பாட்டில் கோக-கோலா விற்கிற இடத்தில், பத்து பாட்டில்தான் விற்கிறது என்றால், அதற்காக வருத்தப்படக்கூடாது. மிச்சமிருக்கும் தொண்ணூறு பாட்டில்களுக்கான மிகப் பெரிய சந்தை பாக்கியிருக்கிறது என்று நினைத்துக்கொண்டு, அதற்காக உழைக்கவேண்டும் என்பதுதான் கோஸ்வெடாவின் சிந்தனை.

இதற்கான செயல்திட்டத்தை மிகுந்த அக்கறை, கவனத்துடன் செயல்படுத்தத் தொடங்கியது கோக-கோலா. எந்தெந்த நாடுகளில் கோக-கோலாவின் விற்பனை எப்படி இருக்கிறது, அதை எந்த அளவு அதிகரிக்கமுடியும், அதற்கான வழிகள் என்னென்ன என்று தீர்மானித்துக்கொண்டு, தகுதியுள்ள நபர்களை அதற்குப் பொறுப்பாளிகளாக அனுப்பிவைத்தார்கள்.

குறிப்பாக, கோக-கோலாவின் விளம்பரங்களில் ஒரு சர்வதேசத் தன்மை தென்படத் தொடங்கிய காலகட்டம் இது. *'Always*

Coca-Cola' என்ற கவர்ச்சியான வாசகத்தின்மூலம், அதை எங்கேயும், எப்போதும் பருகலாம், பருகவேண்டும் என்கிற செய்தி அழுத்தமாகப் பதியவைக்கப்பட்டது.

வழக்கமான விளம்பரங்கள்தவிர, உலக வாடிக்கையாளர்களைச் சுலபத்தில் சென்று சேர்வதற்காக, இன்னொரு வழியையும் பின்பற்றத் தொடங்கியது கோக-கோலா - பல சர்வதேச விளையாட்டுப் போட்டிகளுக்கு, 'ஸ்பான்ஸர்' செய்ய ஆரம்பித்தார்கள்.

முக்கியமாக, ஒலிம்பிக்ஸ். சென்ற நூற்றாண்டின் இறுதிப் பகுதியில் தொடங்கி, ஒலிம்பிக்ஸ் என்றாலே, கோக-கோலாதான் என்கிற பெயர் உருவாகிவிட்டது. அதன் சின்னமான ஐந்து வளையங்களுடன் ஆறாவதாக, கோக-கோலாவின் சிவப்பு வட்டமும் சேர்ந்துகொண்டுவிட்டது.

ஏகப்பட்ட பணம் செலவழித்து, விளையாட்டுப் போட்டிகளின்போது தனது விசேஷ விளம்பரங்களை ஒளிபரப்பியது கோக-கோலா. இதன்மூலம், ஒரே நேரத்தில் அவர்களால் பல நாடுகளைச் சேர்ந்த மக்களைக் கவரமுடிந்தது.

கோக-கோலா விற்பனையை அதிகரிப்பதற்கு விளம்பரங்கள் ஒரு நல்ல உத்தி என்பது உண்மைதான். ஆனால் அதேசமயம், விளம்பரங்களைமட்டும் நம்பிக்கொண்டு இருந்துவிடமுடியாது என்றார் கோஸ்வெடா. இதற்காக, '*3A*' என்கிற விசேஷ ஃபார்முலா ஒன்றை உருவாக்கினார் அவர்.

3A என்றால், *Available, Affordable, Acceptable.*

அதாவது, கோக-கோலா எல்லா நாடுகளிலும், எல்லா இடங்களிலும், சந்து, பொந்து பெட்டிக்கடைகளில்கூடச் சுலபத்தில் கிடைக்கவேண்டும். எல்லோரும் வாங்கக்கூடிய விலையில் இருக்கவேண்டும், 'இது நம்முடைய பானம்' என்று அனைவராலும் ஏற்றுக்கொள்ளப்படக்கூடிய நல்ல பெயரைச் சம்பாதித்திருக்கவேண்டும்.

சுமார் பதினைந்து வருடங்களுக்குமுன்பு ராபர்டோ கோஸ்வெடா உருவாக்கித் தந்த இந்த ஃபார்முலாதான், கோக-கோலாவின் அடுத்த பல வருட வளர்ச்சிக்கு உறுதியான அடித்தளமாக அமைந்திருக்கிறது. இதன்மூலம்தான் உலக அளவில் தங்களுடைய போட்டியாளர்கள் எல்லோரையும் கிட்டத்தட்ட இருமடங்கு வித்தியாசத்தில் வென்று சாதனை படைத்தது கோக-கோலா.

இன்றைக்குச் சுமார் இருநூறு நாடுகளில் கோக-கோலா கிடைக்கிறது. உலகம்முழுக்க, தினந்தோறும் சுமார் நூற்றி ஐம்பது கோடி கோக-கோலா பாட்டில்கள், கேன்கள் விற்பனையாவதாகச் சொல்கிறது ஒரு புள்ளிவிவரம்.

உலக அளவில் மிக விரைவில் அடையாளம் காணத்தக்க பிராண்ட்களில் கோக-கோலா முதன்மையானது. அது வெறும் சர்க்கரைத் தண்ணீர், அதைக் குடித்தால் நம் உடம்பில் எந்தச் சத்தும் சேர்வதில்லை என்று தெரிந்தும்கூட, ஓர் அந்தஸ்துச் சின்னமாகப் பல நாடுகளைச் சேர்ந்தவர்கள் கோக-கோலா குடிக்கிறார்கள், லாபம் குழாயில் கொட்டிக்கொண்டிருக்கிறது.

கோக-கோலாபோல் இன்னொரு பானம், இன்னோர் அடையாளம் இப்படி ஜெயிப்பது சிரமம். அவ்வளவு ஏன், அவர்களே உருவாக்கிய மற்ற பானங்களால்கூட இந்த அளவுக்கு வெற்றிபெறமுடியவில்லை.

இத்தனைக்கும் காரணம், கோக-கோலா என்பது, வெறுமனே பாட்டிலில் கிடைக்கிற ஒரு குளிர்பானம் அல்ல. அது ஓர் அடையாளம். பல ஆண்டு உழைப்பில், மிகக் கவனமாக உருவாக்கப்பட்ட அடையாளம். அந்த உழைப்பின் பலனைத்தான், கோக-கோலா நிறுவனம் இப்போது அறுவடை செய்துகொண்டிருக்கிறது.

அவர்களே அடிக்கடி சொல்வதுபோல், உலகின் கடைசி மனிதனுக்குத் தாகம் எடுக்கும்வரை, எங்கேனும் ஒரு மூலையில் கோக-கோலா கிடைத்துக்கொண்டுதான் இருக்கும்!

பின்னிணைப்பு 1

கோக-கோலா நிறுவனத்தின் பிரபலமான சில தயாரிப்புகள்

- *Coca-Cola / Coke*
- *Fanta*
- *Thums Up*
- *Maaza*
- *Sprite*
- *Limca*
- *Kinley (Packaged Water)*
- *Minute Maid (Juice)*
- *Diet Coke*
- *Vanilla Coke*
- *Georgia (Coffee Drink)*
- *Nestea (Tea Drink)*

பின்னிணைப்பு 2

நன்றி

நூல்கள்:

- For God, Country & Coca-Cola - Mark Pendergrast - Basic Books - 2000
- The Real Coke, The Real Story - Thomas Oliver - Pan Books - 1987
- I'd LIke The World To Buy A Coke: The Life and Leadership Of Roberto Gooizueta - David Greising - John Wiley & Sons Inc., - 1998
- The Other Guy Blinked: How Pepsi Won The Cola Wars - Roger Enrico, Jesse Kornbluth - Bantom Books - 1986
- The Cocaine War in Context: Drugs and Politics - Belen Boville (Translated By: Lorena Terando) - Algora Publishing - 2004

கட்டுரைகள்:

- India May Swallow Coke - Time - 1977
- Coca-Cola India - Jennifer Kaye - Dartmouth College - 2004

- Coke's Indian divestment plan under fire - Indrajit Basu - Asia Times - 2002
- Coca-Cola in India - Vinay Lal - AsiaMedia - 2006

இணையதளங்கள்:

- http://en.wikipedia.org/
- http://www.thecoca-colacompany.com/
- http://www.atimes.com/atimes/South_Asia/DH28Df06.html
- http://www.asiamedia.ucla.edu/article.asp?parentid=52103
- http://news.bbc.co.uk/2/hi/south_asia/2453763.stm
- http://www.hinduonnet.com/thehindu/biz/2002/06/10/stories/2002061000150200.htm

தெளிவான எழுத்தும் ஆழமான ஆய்வும் நிறைந்த நூல்களுக்காகத் தமிழ் வாசகர்களிடையில் நன்கு அறியப்பட்டுள்ள என். சொக்கன் புனைவு, வாழ்க்கை வரலாறு, நிறுவன வரலாறு, தன்னம்பிக்கை, சிறுவர் இலக்கியம் உள்ளிட்ட துறைகளில் இதுவரை எழுபதுக்கும் மேற்பட்ட நூல்கள், நூற்றுக்கணக்கான கதைகள், கட்டுரைகளை எழுதியுள்ளார். விரிவான ஆய்வுகள், சான்றுகளின் அடிப்படையிலான ஆழமான வரலாற்று நூல்களைத் தமிழில் எழுத இயலும், அவற்றைப் பெரும்பான்மை வாசகர்களுக்குக் கொண்டுசேர்க்கவும் இயலும் என்பதைப் பலமுறை நிரூபித்த எழுத்து வகை இவருடையது.

தமிழ், ஆங்கிலம் ஆகிய இரு மொழிகளிலும் எழுதும் சொக்கனுடைய நூல்கள் ஹிந்தி, கன்னடம், மலையாளம் உள்ளிட்ட பல மொழிகளில் மொழிபெயர்ப்பாகியுள்ளன.

www.ingramcontent.com/pod-product-compliance
Lightning Source LLC
LaVergne TN
LVHW090346051026
849518LV00006B/2057
9788194973720